मंदाकिनी

वि. स. खांडेकर

AA000673

मेहता पब्लिशिंग हाऊस

MANDAKINI by V. S. KHANDEKAR

मंदाकिनी : वि. स. खांडेकर / लघुनिबंधसंग्रह

© सुरक्षित

मराठी पुस्तक प्रकाशनाचे हक्क मेहता पब्लिशिंग हाऊस, पुणे.

प्रकाशक : सुनील अनिल मेहता, मेहता पब्लिशिंग हाऊस,
१९४१, सदाशिव पेठ, माडीवाले कॉलनी, पुणे – ४११०३०.

मुखपृष्ठ : चंद्रमोहन कुलकर्णी

प्रकाशनकाल : १९४२ / १९४७ / १९६० / १९९३ / जानेवारी, १९९८
नोव्हेंबर, २०१३ / पुनर्मुद्रण : जून, २०१७

P Book ISBN 9788171617173

E Book ISBN 9789386342713

E Books available on : play.google.com/store/books
www.amazon.in/b?node=15513892031

आमचे कोल्हापूरचे स्नेही

माधवराव बागल

व

डॉ. सूर्यवंशी

यांस –

अनुक्रमणिका

वाळूतून

नवा मनुष्य असो किंवा नवा वाङ्मयप्रकार असो, तीन अग्निदिव्यांतून पार पडल्याखेरीज त्याचे महत्त्व सिद्ध होत नाही किंवा समाजाकडून त्याच्यावर शिक्कामोर्तबही होत नाही. ही तीन दिव्ये म्हणजे उपहास, उपेक्षा व टीका ही होत. लोकप्रियतेचा मुकुट मिळविण्यापूर्वी चढाव्या लागणाऱ्या या तीन काटेरी पायऱ्यांपैकी दोन पायऱ्या तरी मराठी लघुनिबंधाने मागे टाकल्या, असे म्हणावयास हरकत नाही. भावगीते लिहिणाऱ्या कवींची 'बिंदुस्रावी कवी' म्हणून संभावना करणाऱ्या उथळ लोकांना त्याच कवींनी त्या बिंदूंतून कीर्तिसिंधू निर्माण केल्याचे दृश्य पाहावे लागले. या इतिहासाची पुनरावृत्ती आता लघुनिबंधाच्या क्षेत्रातही होत आहे. लघुनिबंधाची लहान मूर्ती पाहून, जुन्या प्रदीर्घ निबंधाच्या ज्या भक्तांनी 'हा एक नवा पोरखेळ आहे, झालं!' असे उद्गार दहा वर्षांपूर्वी काढले होते, त्यांना आजची लघुनिबंधाची लोकप्रियता पाहून 'बारशाच्या दिवशी कुणाचंही वाईट भविष्य वर्तवू नये,' या तत्त्वाची आता चांगलीच प्रचीती येत असेल.

कुठल्याही नव्या गोष्टीचा मोठा विजय म्हणजे जुन्या पिढीकडून होणारे तिचे स्वागत. टोपी आणि केस यांना जुन्या पिढीने डोक्यावर बसविले, म्हणूनच या गोष्टी समाजात हा हा म्हणता सर्रास रूढ झाल्या. आज पंचविशीच्या अलीकडे आलेले लेखक मोठ्या हौसेने लघुनिबंध लिहीत आहेत, त्यात काहीच नवल नाही. पण साठी-सत्तरीच्या घरात आलेले वामनराव जोशी व तात्यासाहेब केळकर यांच्यासारखे नामवंत साहित्यिकही कळत-नकळत या प्रकाराचा अवलंब करू लागले आहेत, ही एकच गोष्ट मराठी लघुनिबंधाला उज्ज्वल भविष्य आहे, हे सिद्ध करण्याला समर्थ आहे.

'कळत-नकळत' म्हणावयाचे कारण वामनराव जोशी यांचे 'स्मृतिलहरी' हे

पुस्तक. धोंडोपंत कर्वे या वामनरावांच्या जीवश्चकंठश्च मित्राच्या संकलित आठवणी असे बाह्यत: या पुस्तकाचे स्वरूप आहे. पण या आठवणींत साध्यासुध्या विषयाचे आकर्षक वैचित्र्य, छोटेसे विषयसूत्र घेऊन विनोदमिश्र विचार-विलासाने ते फुलवीत नेण्याचे कौशल्य, गोड गोष्टीवेल्हाळपणा, इत्यादी लघुनिबंधाचे अनेकविशेष प्रतिबिंबित झाले आहेत.

लघुनिबंध मराठीत अधिक लोकप्रिय होत आहे, याचे एक गमक म्हणून जोशी-केळकर यांच्या तशा पद्धतीच्या लिखाणाचा उल्लेख केला आहे. पण लोकप्रियता व उत्कट कला यांचे नेहमी सख्य असते, असे थोडेच आहे? आज होतकरू व नामांकित अशा दोन्ही प्रकारच्या लेखकांकडून लघुनिबंधाच्या क्षेत्रात विपुल निर्मिती होत असली, तरी मनाला चटका लावून जाणारे किंवा सुंदर चित्राप्रमाणे अथवा मोहक सुगंधाप्रमाणे स्मृतीमध्ये दीर्घकाळ तरळणारे लेखन या क्षेत्रात किती होत आहे? या प्रश्नाचे उत्तर देण्याकरिता उच्च कसोटी लावून न्यायनिष्ठुरतेने पाहिले, तर मन क्षणभर चपापल्यावाचून राहत नाही. होतकरू लेखकांचा सध्याचा कल लघुनिबंधाकडेच अधिक आहे, असे म्हटले तरी चालेल. पण वर्तमानपत्री लिखाण व आंधळे अनुकरण यांच्या कात्रीत सापडल्यामुळे ललितलेखनाला आवश्यक असलेली सरसता त्यांच्या लिखाणात अद्यापि कमी प्रमाणात आढळते.

'वर्तमानपत्री लिखाण' हा शब्द मी वृत्तपत्रांविषयीच्या अनादराने वापरलेला नाही. आजच्या संक्रमणकाळात नि हिंदुस्थानसारख्या परतंत्र देशात वृत्तपत्र हेच जनतेचे डोळे आहेत, याची मला पूर्ण जाणीव आहे. टिळक, आगरकर, शिवरामपंत परांजपे, खाडिलकर, केळकर, अच्युतराव कोल्हटकर, जावडेकर, गाडगीळ, इत्यादी संपादकांचे राजकारणाचे ज्ञान, त्यांची देशहिताची तळमळ आणि त्यांनी केलेली विचारजागृती यांना मराठी वाङ्मयाच्या इतिहासात अढळ स्थान आहे, याविषयी मला मुळीच शंका वाटत नाही. त्यांच्यापैकी कित्येकांची प्रतिभा अत्यंत उज्ज्वल असल्यामुळे वर्तमानपत्राच्या टिप्परघाईतसुद्धा त्यांनी केलेले लेखन वाङ्मयगुणांच्या दृष्टीने सरस वठले आहे. पण वृत्तपत्रातील लिखाण व वाङ्मयीन सौंदर्य यांचा नेहमी मेळ पडतोच अगर पडलाच पाहिजे, असे नाही. विचारांची तेजस्विता, भाषेचा सडेतोडपणा, लढवय्याची मनोवृत्ती, इत्यादी गुणांचे वृत्तपत्रलेखनात अधिक महत्त्व आहे. भाषेचे सौंदर्य, कल्पनेचा विलास आणि कलेचा नाजूकपणा, इत्यादी ललित वाङ्मयाच्या विशेषांना वृत्तपत्रांच्या धकाधकीच्या मामल्यात स्थान नाही, असे नाही. पण ते केव्हाही दुय्यमच राहणार. वर्तमानपत्राचे लेखन हे शंकराचे तांडवनृत्य मानले, तर ललितलेखन हे भिल्लिणीचा वेष घेऊन आपल्या विभ्रमाने चराचराला मोहिनी घालणाऱ्या पार्वतीचे नाजूक नृत्य आहे.

गेली साठ वर्षे मराठी वाङ्मयातली ही दोन्ही क्षेत्रे आपापल्यापरी समृद्ध होत आहेत. पण अलीकडे वृत्तपत्रांचा व्याप झपाट्याने वाढला आहे. कुठलाही व्याप वाढला, की त्याला सहजासहजी व्यापाराचे स्वरूप येते. मग विविध मनोवृत्तींच्या हजारो वाचकांना खूश करण्याकरिता आणि प्रसंगी भरताड हवी, म्हणून चांगल्या वृत्तपत्रांनासुद्धा हरतऱ्हेचे लिखाण बाहेरून मिळवावे लागते, यात नवल कसले? हे लिखाण बहुधा होतकरू लेखकांकडून लिहिले जाते. झटपट प्रसिद्धीची सोय झाल्यामुळे हे लेखक जे ललितलेखन करतात, ते अनेकदा सामान्य व बहुधा अनुकरणात्मक असते. उत्कृष्ट ललितलेखनाचा उगम ज्या मनोवृत्तीतून होतो, ती अनुभूती, कल्पकता व तपस्या यांच्या त्रिवेणी संगमातून निर्माण झालेली असते. पण होतकरू लेखकांची कल्पकता कलिकावस्थेत असते. लहान वयामुळे त्यांच्या अनुभवांना आपोआपच मर्यादा पडलेल्या असतात आणि लिहिणे व छापून येणे यांच्यामध्ये फारसे अडथळे नसल्यामुळे त्यांच्या तपस्येची मजलही ठरावीक वाचनापलीकडे जात नाही. मी ज्या ललितलेखनाला 'वर्तमानपत्री लिखाण' म्हटले, ते अशा परिस्थितीत जन्माला येते.

असल्या लिखाणात सध्या लघुनिबंधांची संख्या बरीच असते. बहुतेक साप्ताहिके आणि अनेक मासिके यांचा लघुनिबंध हा एक मोठा आधार आहे, असे म्हटले तरी चालेल. पण कुसुमावती देशपांडे या प्रामुख्याने लघुनिबंधलेखन करीत नसूनही 'दीपदान'मधील 'मध्यान्ह' व 'मध्यरात्र' या त्यांच्या लघुनिबंधांत जे अवर्णनीय सौंदर्य आहे, त्याच्या पुसट छटासुद्धा हुकमेहुकूम लिहिल्या जाणाऱ्या या लिखाणात आढळून येत नाहीत.

याचे कारण एकच आहे. लेखकाचे व्यक्तित्व सरस कल्पनेने किंवा अभिनव संवेदनेने फुलून आले, की त्यातून आपोआप लघुनिबंध निर्माण होतो. फुललेले पारिजातकाचे झाड क्षणभर हलविले, तर फुलांचा सडा पडतो. पण झाड फुललेले नसेल, तर ते घटकाभर हलविले, तरी वाळलेल्या पानांखेरीज पदरात उलट काय पडणार? लघुनिबंधलेखनही असेच आहे. कुठेतरी वाचनात आलेल्या गोष्टी हरिदासी पद्धतीने सांगून किंवा माहितीचा फाफटपसारा वाचकांपुढे मांडून अथवा एखाद्या सिद्धान्ताचे शास्त्रोक्त खंडनमंडन करून लघुनिबंध निर्माण होत नाही. अशा निबंधात लेखकाच्या पुस्तकी विद्वत्तेपेक्षा त्याच्या अंतरंगीच्या रसिकतेलाच अधिक अवसर असतो, शास्त्रज्ञानापेक्षा त्याच्या जिव्हाळ्याचेच मोल अधिक मानले जाते. वाचकाचा गुरू होण्यापेक्षा त्याचा मित्र छे:! त्याचा दोस्त होण्यातच त्याच्या यशाची गुरुकिल्ली असते. ही विशिष्ट मनोवृत्ती (Mood) साध्य झाली, की मग लेखक कुठल्या विषयांवर लिहीत आहे अथवा कुठल्या पद्धतीने लिहीत आहे, हा प्रश्न उरत नाही. त्या लिखाणाला सरस लघुनिबंधाचे स्वरूप आपोआप प्राप्त होते.

उदाहरणार्थ, ए. पी. हरबर्ट याने 'चित्रकला' या आपल्या निबंधाचा आरंभच किती मजेदार केला आहे, पाहा :

'स्नानगृहात प्रत्येक मनुष्य गवई होतो, असे म्हणतात, यात नवल असे काहीच नाही. गायनकलेइतकी सोपी चीज नाही जगात! चित्रकला मात्र त्या मानाने फार अवघड आहे हं! अगदी अनुभवाने सांगतो मी. चित्रकलेच्या उपासनेत माझा बराच वेळ खर्च झाला आहे. मला कितीतरी कमिट्यांच्या सभांना हजर राहावे लागते. याशिवाय सार्वजनिक सभा असतात, त्या निराळ्याच! आता तुम्हीच सांगा, अशा ठिकाणी लांबलचक भाषणे सुरू झाल्यावर चित्रकलेशिवाय दुसऱ्या कुठल्या कलेची उपासना करणे मनुष्याला शक्य आहे? भाषण सुरू असताना मी गायला लागलो, तर लोक माझी वेड्यात गणना करतील! म्हणून अशा वेळी मी आपला स्वस्थपणे चित्रे काढीत बसतो. मी या कलेत अजून निष्णात झालो आहे असे काही मी म्हणत नाही, पण आणखी थोडीफार सभा-संमेलने पार पडली, की चित्रकलेत मी तज्ज्ञ होईन, याविषयी मला मुळीच संशय वाटत नाही!'

सभा-संमेलनांच्या कंटाळवाण्या कार्यक्रमावर मारलेला हा गमतीदार फटकारा कुणाला आवडणार नाही! –फटकारा खरा, पण तो गोंडेदार चाबकाचा आहे, नाही?

विनोदाप्रमाणे विचाराच्या नावीन्यानेही लघुनिबंधाला कशी रंगत येते, हे पाहायचे असेल, तर रिचर्ड किंगच्या कुठल्याही संग्रहाचे कुठलेही पान उघडावे. विचारप्रवणता हाच त्याचा मनोधर्म आहे. थंडीच्या दिवसांत पहाटे जिकडे-तिकडे दव पडलेले दिसून येते ना? तशी त्याची विचारमौक्तिके वाटतात. त्यांच्यात दवबिंदूंची मोहकता आहे, पण क्षणभंगुरता मात्र नाही. कुठलाही विषय असो, त्याने प्रकट केलेल्या विचारसरणीत वाचकाला आपलेपणा व आकर्षकता यांचा संगम आढळल्यावाचून राहत नाही.

त्याने मैत्रीची प्रीतीशी केलेली तुलना किती मार्मिक आहे पाहा :

'मैत्री व प्रीती यांना तीन अवस्थांतून जावे लागते. पहिली अवस्था उन्मादाची! पण ती संपली आणि सिंहावलोकन म्हणून मनुष्य तिच्याकडे पाहू लागला, की समाधानाचा सुस्कारा त्याच्या तोंडून निघाल्याशिवाय राहत नाही!'

'दुसरी अवस्था निराशेची! अपेक्षा आणि वस्तुस्थिती यांच्यातल्या अंतराची तीव्र जाणीव या वेळी मनाला होते.'

'तिसरी अवस्था शांत आणि सुखी अशा स्थितप्रज्ञतेची! या वेळी आपल्या वेलीवरच्या फुलांची आणि काट्यांची माणसाला पूर्ण कल्पना येते. काट्यांच्या टोचणीपेक्षा फुलांचा सुवास अधिक आहे, याची त्याला खात्री पटलेली असते आणि आपल्यात अनेक दोष असूनही लोक आपल्यावर प्रेम करीत आहेत, ही गोड

जाणीव त्याच्या मनाला अतिशय सुखदायक होऊ लागते.'

लिंड, मिल्ने, बेलाक, गार्डिनर, इत्यादी प्रसिद्ध इंग्लिश लघुनिबंधकारांचे लघुनिबंध सहज चाळून पाहावेत. प्रत्येकाचे असेच काहीतरी आकर्षक वैशिष्ट्य मनाला प्रतीत होते आणि त्या वैशिष्ट्याचा आत्मा त्या-त्या लेखकाच्या विकसित व्यक्तित्वातून निर्माण झाला आहे, याचीही आपणाला चटकन जाणीव होते.

स्वत:च्या अशा वैशिष्ट्याची कलात्मक रीतीने वाढ करणे हेच आजच्या व उद्याच्या मराठी लघुनिबंधकारांचे ध्येय असले पाहिजे. फडके आणि काणेकर इतर लघुनिबंधकारांपेक्षा अधिक लोकप्रिय आहेत, याचे मर्म तरी दुसरे काय आहे? त्यांचे व्यक्तिविशेष त्यांच्या लघुनिबंधांतून इतरांपेक्षा अधिक कलात्मक रीतीने किंवा अधिक जिव्हाळ्याने प्रकट होतात, हेच!

अशा या अभिनव आकर्षक वाङ्मयप्रकारावर कुणी काही तात्त्विक आक्षेप घेईल, अशी माझी कल्पना नव्हती! पण माझा 'अविनाश' प्रसिद्ध झाल्यावर एका सुप्रसिद्ध लेखकांनी मला लिहिले : 'तुम्ही म्हणता, बाह्यत: रूक्ष दिसणाऱ्या लौकिक जीवनाच्या अगदी लहान-लहान भागांतही सौंदर्य, विनोद, कारुण्य व तत्त्वज्ञान यांचे सुवर्णकण सापडतात. हे विविध कण वेचून जीवनाची संपन्नता मनुष्याला पटविणे आणि जगात नीरस असे काही नाही, याची त्याला जाणीव करून देणे हे लघुनिबंधलेखकाचे मुख्य कार्य आहे. पण मला वाटते, लघुनिबंध लिहिणारे लेखक लोकांचे नुकसान करीत आहेत. जीवनातल्या लहानसहान सुखावर खूश असणारे अल्पसंतुष्ट लोक आपल्या देशाला नकोत! राष्ट्रात असंतुष्ट लोक हवेत! अल्पसंतुष्टांच्या हातून कधीच प्रगती होत नाही!'

त्यांचे हे विधान वाचून क्षणभर माझा मलाच राग आला. दारिद्र्याच्या आणि गुलामगिरीच्या चिखलात रुतलेल्या देशाच्या प्रगतीचा गाडा पुढे जावा, म्हणून आपण काहीच करीत नाही, ही रुखरुख माझ्या मनाला मधून-मधून लागत असतेच. पण देशाच्या प्रगतीचा गाडा आपण मागे नेत आहोत, ही नवी जाणीव या पत्राने मला झाली. माझ्या मनात आले : सत्कृत्य करणे ही कठीण गोष्ट असेल, पण आपल्या हातून दुष्कृत्य होणार नाही, एवढी काळजी तरी सामान्य मनुष्याने घ्यायला नको काय? जखम धुऊन तिला योग्य प्रकारची मलमपट्टी लावायला डॉक्टरची जरुरी असली, तरी तिच्यात मीठ घालू नये, एवढे तरी तज्ज्ञ नसलेल्या मनुष्यालासुद्धा समजलेच पाहिजे.

छे:! लघुनिबंध लिहिण्याचे महत्पाप आपण केले नसते, तर फार बरे झाले असते. आपण राष्ट्राच्या प्रगतीला नकळत खीळ घातली, लोकांना अल्पसंतुष्ट करून एक प्रकारचा देशद्रोह केला. आपले सरकार परके आहे, म्हणून आपला हा गुन्हा पचून गेला. आज स्वतंत्र राष्ट्रीय सरकार असते, तर 'जीवनात नीरस असे

काहीच नाही,' याची जाणीव लोकांना करून दिल्याबद्दल आम्हा साऱ्या लघुनिबंध-लेखकांना काळे पाणी पाहावे लागले असते!

एका क्षणात असले कितीतरी विचार माझ्या मनात येऊन गेले. पण दुसऱ्याच क्षणी मला माझ्या स्नेह्यांच्या त्या पत्राचे हसू आले. तसा विचार केला, तर लघुनिबंधाच्या बाबतीतला त्यांचा हा दृष्टिकोन जुनाच आहे. मराठी कविता राष्ट्रीय नाही, म्हणून नामवंत टीकाकारांनी पूर्वी काय कमी हाकाटी केली होती? त्या टीकेचाच हा नवा अवतार आहे.

ललितवाङ्मय हे राष्ट्रजीवनापासून अलिप्त राहू शकत नाही, हे मलाही मान्य आहे. पण राष्ट्राच्या पायांत पारतंत्र्याच्या शृंखला आहेत, म्हणून वाङ्मयात इथून-तिथून सर्वत्र त्यांचा खळखळाटच ऐकू आला पाहिजे. समाजातल्या दलित वर्गाच्या पोटात आज भुकेची आग भडकली आहे, म्हणून तिच्या ज्वाळाच प्रत्येक ललितकृतीत दिसल्या पाहिजेत, असा हट्ट धरणे बरोबर होईल काय? राष्ट्रीय आंदोलने आणि सामाजिक चळवळी यांची प्रतिबिंबे ललितवाङ्मयात अवश्य पडावीत! पारतंत्र्य, विषमता, दारिद्र्य आणि अज्ञान यांच्या मगरमिठीत सापडलेल्या समाजाच्या धडपडीचे आणि तडफडीचे आपल्या लेखणीने चित्रण करणारे कलाकार जेवढे निर्माण होतील, तेवढे मराठी वाङ्मयाला हवेच आहेत. असंतोषाचा जो ज्वालामुखी आज सामाजिक मनात धुमसत आहे, त्याचा स्फोट करणाऱ्या लेखकांना उद्याचा समाज डोक्यावर घेऊन नाचेल, यातही तीळमात्र शंका नाही.

मात्र यापुढे कलावंतांनी केवळ आत्मनिष्ठ राहून चालायचे नाही, ही गोष्ट सूर्यप्रकाशाइतकी स्पष्ट असली, तरी वैयक्तिक संवेदनक्षमता हा ललितवाङ्मयाच्या निर्मितीचा एक महत्त्वाचा भाग आहे व तो तसाच राहील, हे विसरून काव्य किंवा लघुनिबंध यांच्यासारख्या व्यक्तिनिष्ठ वाङ्मयप्रकारावर आक्षेप घेण्यात काय अर्थ आहे? यशवंतांनी 'आई'ऐवजी 'हिंदभूमी' ही कविता लिहिणे जरूर होते, असे म्हणणाऱ्या रसिकांचे समाधान ब्रह्मदेवसुद्धा करू शकणार नाही. राष्ट्रीय भावनांनी रसरसलेले वाङ्मय आज आपल्याला हवे असले, तरी ज्यात राष्ट्रीय भावनांचा आविष्कार नाही ते वाङ्मयच नव्हे अथवा असले वाङ्मय राष्ट्राच्या प्रगतीला मारक आहे, असे म्हणणारे लोक वाङ्मयीन मूल्ये व सामाजिक मूल्ये यांचा विलक्षण घोटाळा करीत आहेत. विचारासाठी एक साधे उदाहरण या आक्षेपकांपुढे मी ठेवतो.

१९२०-२१ सालच्या आसपास गांधीजींच्या चळवळीमुळे राष्ट्रीय कवितांना विलक्षण भर आला होता. काव्याच्या या विभागाला त्यावेळी अगदी कुंभमेळ्याचे स्वरूप प्राप्त झाले होते. तिवारी यांची 'मराठ्यांची संग्राम-गीते' याच काळात जन्माला आली व लोकप्रिय झाली. पण आज तिवारींची ही संग्राम-गीते व त्याच काळात निर्माण झालेली तांब्यांची विविध गीते यांची तुलना केली, तर दुसरीच

अधिक आकर्षक वाटतात- अभिजात वाङ्मयात त्यांचीच गणना होईल.

याचा अर्थ एकच आहे- उत्कृष्ट राष्ट्रीय वाङ्मय केवळ भोवतालच्या क्षुब्ध वातावरणातून उत्पन्न होत नाही. त्या वातावरणाशी समरस होऊ शकणाऱ्या श्रेष्ठ प्रतिभेच्या पोटीच त्याचा जन्म होतो. शिवरामपंत परांजप्यांच्या मनोवृत्तीचा लेखक आज असता, तर त्याने लघुनिबंधासारख्या नव्या वाङ्मयप्रकाराचा आश्रय करूनही राष्ट्रीय भावनांचे निखारे फुलविले असते. उगीच कल्पनातरंग तरी कशाला हवेत? काणेकरांच्या लघुनिबंधात समाजवादाचा पुरस्कार स्पष्टपणे दिसतोच की नाही?

पण लघुनिबंधावरल्या माझ्या स्नेह्यांच्या आक्षेपातला खरा महत्त्वाचा भाग यापुढेच आहे. लघुनिबंधलेखक लहानसहान दृश्यांतली किंवा अनुभवांतली सरलता प्रकट करून दाखवितो व त्यामुळे चालू जीवनक्रमाविषयी वाचकांच्या मनात धुमसू लागलेला असंतोष जागच्या जागी विझून जातो, अशी त्यांची तक्रार आहे.

त्यांच्या या तक्रारीत समजुतीचा बराच घोटाळा आहे. सामाजिक परिस्थितीविषयीचा असंतोष उत्पन्न व्हायला अथवा टिकून राहायला मनुष्याचे वैयक्तिक जीवनही अपूर्ण व असंतुष्ट असलेच पाहिजे, हे कुठल्या मुलखातले तर्कशास्त्र? अष्टौप्रहर देशकल्याणाचा विचार करणाऱ्या महात्माजींना प्रवासाहून आपल्या आश्रमाकडे परत येताना जो आनंद होत असेल, त्यातून चतुर लेखक 'घर' या विषयावर सुंदर लघुनिबंध निर्माण करू शकेल. ग्रामोद्धार करण्याकरिता खेड्यात आलेल्या एखाद्या समाजसेवकाने चोवीस तास मनातल्या मनात धुसमुसत राहिले पाहिजे अथवा सुतकी चेहरा धारण करून दीन, दु:खी नि दलित अशा लोकांविषयी सहानुभूतीचे उद्गार काढीतच राहिले पाहिजे, असे थोडेच आहे? आपले सेवेचे कार्य निष्ठेने आणि चिकाटीने पार पाडता यावे, म्हणून भोवतालच्या लहानसहान गोष्टींतून ते सौंदर्य पाझरत असते, त्याचा आस्वाद घेण्याची शक्ती त्याच्या अंगी असणेच अधिक इष्ट ठरेल. वाऱ्याच्या झुळकीने सळसळणारा पिंपळ, ऐन दुपारीही चाललेली पाखरांची किलबिल, मांजराच्या पिलाचे साधेसुधे खेळ, खेडेगावच्या हीनदीन स्थितीतही दिसून येणारी वात्सल्याची आणि वीरश्रीची दृश्ये ही सर्व त्याच्या तेथल्या जीवनाला पोषकच ठरतील.

लघुनिबंधाचे वाङ्मयातील कार्यही असेच आहे. रोजच्या जीवनकलहात आपण जीवनातले काव्य विसरून जातो. नियतीच्या कर्कश कोलाहलामध्ये निसर्गाचे कोमल कूजन आपल्याला ऐकूच येत नाही. माध्यान्हकाळाच्या काहिलीत पोळून निघताना मध्यरात्रीची शांतता आपणा सर्वांना स्वप्नवत वाटते. पण सामान्य मनाला न जाणवणारी ही सौंदर्ये लघुनिबंधकार मोठ्या कुशलतेने गोळा करून जीवनातल्या चिमण्या, पण अविनाशी आनंदाशी त्याची ओळख करून देतो. हा आनंद सामाजिक असंतोषाच्या आड येतो, असे म्हणणे म्हणजे विश्रांतीच्या वेळी शिपाई स्वत:शी गुणगुणत असलेली लावणी त्याच्या पराक्रमाला मारक होते, असे म्हणण्यासारखेच

आहे. पुढील उताऱ्यातील सत्य ज्यांना पटले आहे, त्यांना मराठी लघुनिबंधाची सध्या होणारी वाढ चुकीच्या दिशेने होत आहे, असे मुळीच वाटणार नाही.

What the heart and soul are aiming after instinctively is the discovery that in the everyday of prose there is some one who robs the world of its loneliness, makes our efforts seem worthwhile, gives poetry to the matter of bad curriculum by which we gain a wider knowledge of the due meaning of life.

वि. स. खांडेकर

शिरोडे
१३-५-१९४२

पुन्हा चार पावले

कुठल्याही पुस्तकाच्या आवृत्तीच्या निमित्ताने लेखक ते जेव्हा पुन्हा चाळू लागतो, तेव्हा त्याचे मन विविध विचारांनी गोंधळून जाते. एखादे पान वाचून वाटते- इतके सुंदर आपण कसे लिहू शकलो, देव जाणे! आणि दुसरे एखादे पान वाचून स्वत:चा असा राग येतो म्हणता—

लेखकाच्या मनाचा असला गोंधळ हा लघुनिबंधाचा एक चांगला विषय होऊ शकेल. म्हणून इथे त्याचे चित्रण करण्याचा मोह आवरून लघुनिबंधकार या नात्याने मला जो एक प्रश्न हल्ली वारंवार विचारण्यात येतो, त्याचाच या प्रास्ताविक दोन शब्दांत परामर्श घेतो.

माझ्या पहिल्या तीन लघुनिबंधसंग्रहांची नावे 'वायुलहरी,' 'चांदण्यात' व 'सायंकाल' अशी आहेत. चंद्र, चांदण्या, फुले, कोकिळा, वगैरे वगैरे काव्यमय मालाचा मराठी वाङ्मयातला मी एकमेव विक्रेता आहे, अशी अनेकांची समजूत असल्यामुळे माझ्या पुढच्या संग्रहांची नावेही याच पद्धतीची असणार, असा त्यांनी आपला ग्रह करून घेतला होता. पण माझ्या पुढच्या तीन संग्रहांची नावे 'अविनाश', 'मंदाकिनी' आणि 'कल्पकता' अशी ठेवून मी त्यांना चांगलेच चकविले. लगेच ते म्हणू लागले, 'खांडेकरांची प्रतिभा निस्तेज झाल्याचा पुरावा पाहिलात हा! अहो, मुलं आणि पुस्तकं यांना निरनिराळी नावं देण्याइतकंसुद्धा या गृहस्थापाशी भांडवल शिल्लक राहिलेलं दिसत नाही.' महाभारतकाळी लघुनिबंध नव्हता, हे माझे भाग्य! नाहीतर दुर्योधन, दु:शासन अशी शंभर नावे आपल्या संग्रहांना देऊन धृतराष्ट्र हा खांडेकरांपेक्षा फार श्रेष्ठ लघुनिबंधकार होऊ शकला असता, असे संशोधन करायलासुद्धा या मंडळींनी कमी केले नसते.

असल्या आक्षेपकांचे समाधान होईल, या आशेने नव्हे, तर लेखक आपल्या

पुस्तकाचे नामकरण कसे करतो, हे सर्वसामान्य वाचकाचे कुतूहल अंशत: तृप्त करावे, म्हणून माझ्या लघुनिबंधसंग्रहांची नावे कशी जन्माला आली, ते सांगतो.

लघुनिबंधात काव्य, विनोद व चिंतन यांचा जो संमिश्र, पण मधुर विलास असावा लागतो, त्याचे दर्शन मला आयुष्यात दोनच ठिकाणी उत्कटत्वाने झाले आहे- निसर्गाच्या सौंदर्यात आणि बालकांच्या लीलांत! माझ्या पहिल्या दोन संग्रहांतले लघुनिबंध मी शिरोड्याला असताना लिहिले. तिसऱ्या संग्रहातल्या लघुनिबंधांच्या बहुतेक कल्पनाही त्याच वेळी मला सुचल्या. या पद्धतीच्या लिखाणामुळे मला होणारा विशिष्ट प्रकारचा आनंद त्यावेळच्या निसर्गाच्या ज्या-ज्या रम्य विलासांत मला अविस्मरणीय रीतीने प्रतीत झाला, त्याचे-त्याचे नाव मी माझ्या संग्रहाला दिले.

शिरोड्याला शाळेचे काम संपवून दमूनभागून परत आल्यावर विश्रांतीकरिता मी घरासमोरच्या टेकडीवर अनेकदा जाऊन बसत असे. तिथे समुद्रावरून येणाऱ्या गार वाऱ्याच्या झुळका माझे शरीर आणि मन इतक्या थोड्या वेळात प्रसन्न करीत, की सृष्टीच्या या जादूगिरीचे मला राहून राहून नवल वाटे. त्या कोमल, शीतल वायुलहरी डोळ्यांना कधीच दिसत नसत. उत्तररामचरितात सीता अदृश्य राहून मूर्च्छित रामचंद्राला आपल्या स्पर्शाने सावध करते, असे दृश्य आहे ना? या झुळकाही मला तशाच वाटत. अंगाला गोड स्पर्श केला, न केला, तोच त्या पुढे धावून जात. माझ्या मनात येई– जणू काही त्या लपंडावाने खेळत आहेत आणि माझ्यावर राज्य आले असल्यामुळे मला शिवून डाव जिंकल्याच्या आनंदाने नाचत नाचत दूर जात आहेत. त्या लहरींच्या क्षणिक स्पर्शात केवढा गारवा, केवढा उल्हास आणि केवढी शान्ती भरलेली असे! क्षितिजापर्यंत पसरलेल्या समोरच्या सोनेरी सागरावरल्या लहरींची नाजूक रुमझुम या झुळकांच्या तरंगातरंगातून मला ऐकू येई. सागर-तीरावरून रमतगमत येत असताना वेलींचा जो विविध सुगंध त्यांच्याशी गुजगोष्टी करीत येई, तोही मला मोठा मोहक वाटे आणि मग गोड गुदगुल्या करून निघून जाणाऱ्या या मृदुमधुर झुळकांच्याविषयी कितीतरी वेळ मी विचार करीत राही. मी स्वत:शीच म्हणे, कुठं बरं जात असतील या वायुलहरी? कोणीकडून आणि कोणीकडे, हे कोडे माणसाला अजून सुटत नाही, म्हणून तो स्वत:पासून दूर पळत आहे. जगातल्या प्रत्येक मृगजळामागे धावून दु:खी होत आहे. पण या वायुलहरी तर सदैव हसत नाचत जात असतात. माणसांना न सुटलेले जीवनाचे कोडे त्यांना सुटले असेल काय?

या प्रश्नाचे उत्तर मला कधीच मिळाले नाही! मात्र खेळकर लघुनिबंधांतही तत्त्वचिंतनाचा प्रवेश कसा होतो, याची पुरेपूर कल्पना या दैनंदिन अनुभवात मला हटकून येई.

'चांदण्यात' व 'सायंकाल' यांच्या नावांमागेही असाच इतिहास आहे. स्वभावाने मी निशाचर नाही. पण चंद्राने अनेक वेळा अपरात्री घरातून स्नेहभावाने मला ओढून आणले आहे. अंगणात, टेकडीवर, समुद्राच्या वाळवंटात आणि माडांच्या रायांत प्रहर प्रहर भान विसरून मी चांदण्याची मौज लुटली आहे. अजूनही मला वाटते– चांदणे हे सृष्टीला पडणारे सर्वांत सुंदर स्वप्न आहे. छे! ते नुसते स्वप्न नाही. अनेक स्वप्नांचा संगम आहे तो! ज्या स्वप्नात प्रियकर प्रेयसीचे पहिले चुंबन घेतो, ज्या स्वप्नात दुर्दैवाने वैधव्य प्राप्त झालेल्या रमणीला आपल्या वल्लभाचा सहवास लाभतो, ज्या स्वप्नात काट्याकुट्यांनी भरलेल्या रानावनांतल्या दगडाची उशी करून क्षणभर विश्रांती घेणाऱ्या देशभक्ताला आपली मातृभूमी स्वातंत्र्याच्या शिखरावर विराजमान झालेली दिसते. ज्या स्वप्नात सर्व शारीरिक शृंखला तोडून आत्मा आपली हरपली श्रेये धुंडाळू लागलो, अशा बहुविध स्वप्नांचा– उदात्त आणि उन्मादक, रम्य आणि भव्य, मोहक आणि दाहक अशा सर्व स्वप्नांचा– चांदण्यात मोठा मनोहर मिलाफ झालेला असतो. दिवसा मनाच्या पिंजऱ्यात कोंडून पडलेली पाखरे -प्रीतीची, भक्तीची, आकांक्षांची आणि ध्येयांची सर्व लहानमोठी पाखरे- चांदण्यात बंधमुक्त होतात, स्वैरसंचार करू लागतात आणि निर्माल्याप्रमाणे दिसणाऱ्या जगाच्या मुखावर ओघळलेल्या आसवांचे आपल्या पंखांच्या स्पर्शाने पहाटेच्या दवबिंदूंत रूपांतर करून ती त्या दग्ध पुष्पराशींना पुन्हा मुग्ध कलिकांचे मनोहर रूप प्राप्त करून देतात.

सायंकालात चांदण्याची ही अद्भुतरम्यता नाही, असे प्रथमदर्शनी वाटते. कारकून कचेऱ्यांतून घराकडे मंद गतीने परत येत आहेत आणि कावळे कावकाव करीत घरट्याकडे उडत जात आहेत. चेहऱ्यांची रंगरंगोटी करून खुशालचेंडू जोडपी फिरायला निघाली आहेत आणि पश्चिम दिशाही या युगलांचे अनुकरण करण्याकरताच, की काय विविध प्रसाधनांचा पसारा मांडून वेशभूषा करीत बसली आहे. रस्त्यावरले एकूण एक दिवे पटापट चमकू लागले असताना आकाशात मात्र एक-एक चांदणी हळूहळू उगवून स्वर्गातल्या म्युनिसिपालिटीचा कारभार किती बेबंदशाहीचा आहे, याचे प्रदर्शन मांडीत आहे– असे काहीतरी लिहिले, म्हणजे संध्याकाळचे सर्वसामान्य वर्णन झाले, अशी अनेकांची समजूत आहे.

पण संध्याकाळी पश्चिमेकडे अद्भूत रंगांनी नटलेल्या नयनमनोहर चित्रांचे जे मोहक प्रदर्शन भरते, ते विलक्षण प्रेक्षणीय असते. विशेषत: पावसाळा संपत आला, म्हणजे या रंगांची क्षणोक्षणी जी खुलावट होऊ लागते– वर्षानुवर्षे अंधार पडेपर्यंत समुद्रतीरावर बसून मी या रंगांचे आकंठ पान केले आहे. आपल्याला चित्रकला साध्य नाही, याचे कधीकाळी अत्यंत तीव्रतेने जर मला वैषम्य वाटले असेल, तर ते मन धुंद करून सोडणारे हे सायंकाल पाहतानाच. कवितेला

सोडचिठ्ठी दिल्यानंतरसुद्धा असल्या एखाद्या सुरम्य सायंकाळी माझ्या मनात काही काव्यपंक्ती आपोआप झुळझुळू लागत आणि दिव्याभोवती पिंगा घालणाऱ्या चिमुकल्या पाखरांप्रमाणे समोरच्या दिव्य तेजाभोवती माझ्या कल्पना भिरभिरू लागत. क्षणभर वाटे, या विशाल सागराच्या पलीकडे अप्सरांचे नृत्यमंदिर आहे. या मंदिरात नंदनवनातल्या चित्रविचित्र वृक्षवेलींपासून विणलेले गालिचे पसरले आहेत. या गालिच्यांवर त्या सुंदर तन्वंगी नाचत आहेत आणि त्यांच्या पदतलांना लावलेला अळत्याचा रंग वाळला नसल्यामुळे मधूनच तो या गालिच्यांवर मुद्रांकित होत आहे. लगेच मनात येई, ही गंधर्वांची मैफल आहे. आपल्या समोरच प्रत्येक रंग हा एक एक आळविला जाणारा मधुर राग आहे. हे विविध रंगांचे मिश्रण– मिश्र राग किती आकर्षक होऊ शकतात, याचे प्रात्यक्षिकच आहे हे. हे स्वर्गीय संगीत ऐकण्याचे भाग्य मानवाला कधीतरी लाभेल का? त्याला ते ऐकू येऊ लागले तर –

तर 'स्वर्ग' 'स्वर्ग' म्हणून एखाद्या काल्पनिक जगाच्या मागे तो धावत सुटणार नाही किंवा ज्यांचा आनंद क्षणिक असतो, अशा भोगांना चिकटून राहण्याची लालसा तो धरणार नाही.

धावत धावत तिसरी गोड कल्पना माझ्यासमोर उभी राही!

अशा किती कल्पना सांगायच्या? राहून राहून मला वाटे– बाणभट्टाने अच्छोद सरोवराचे रम्य वर्णन करण्यात आपल्या कल्पकतेचे जे रत्नभांडार उधळले आहे, ते अशा सायंकालाचे चित्रण करण्याच्या कामी खर्च करण्याची लहर त्याला आली असती, तर किती बरे झाले असते!

मात्र मी सायंकालाचा भक्त झालो, तो काही केवळ त्याच्यातल्या या काव्यामुळे नाही. सौंदर्यलोलुप राहूनही मनुष्य अंतर्मुख होऊ शकतो, याची स्पष्ट प्रचिती सायंकालाच्या सान्निध्यात अनेकदा मला आली आहे.

वाळवंटात पडलेल्या एखाद्या होडीच्या आडोशाला बसून पश्चिम क्षितिजावरच्या रंगांचे बदल पाहता-पाहता मला माझ्या आयुष्यातली लहान-मोठी स्थित्यंतरे आठवत. अमक्या वेळी आपण असे वागायला नको होते, तमक्या प्रसंगी आपण उगीच चिडलो, अशा नाजूक पराण्या हे सिंहावलोकन करीत असताना माझ्या मनाला टोचू लागत. आत्मनिष्ठा हा जीवनाचा गाभा असला, तरी आत्मपरीक्षणाशिवाय माणसाची जीवनदृष्टी अविकृत राहणे शक्य नाही, ही जाणीव प्रकाश आणि अंधार यांच्या पवित्र संगमावरच मला झाली. शिरोड्याच्या समुद्रतीरावरल्या त्या अगणित सायंकालांनी मला माझ्या स्वभावाचा टीकाकार केले. स्वतःकडे परक्याच्या दृष्टीने पाहायला त्यांनी मला शिकविले. विविध व्यापतापांनी भरलेला माझा त्यावेळचा आयुष्यक्रम नकळत अधिक बहिर्मुख आणि अधिक उथळ होण्याचा संभव होता; पण अनंत सागराच्या आणि असीम आकाशाच्या सान्निध्यात मधूनमधून शांत चिंतन

करण्याची संधी या काव्यपूर्ण सायंकालांनीच मला दिली. या चिंतनाने माझ्या अनेक अवगुणांना आळा घातला.

निसर्गाच्या सौंदर्याप्रमाणे वात्सल्यानेही मला जीवनाचे असेच सर्वस्पर्शी दर्शन करून दिले आहे आणि ते तरी किती मौजेने! अगदी हसत-खेळत. वात्सल्य हा किंडरगार्टन पद्धतीने शिकविणारा शिक्षकच आहे म्हणा ना! मुलांची आवड हा माझ्या स्वभावाचा जन्मजात भाग असला, तरी या आवडीला स्वच्छंदाने विहार करता आला, तो 'अविनाश'च्या जन्मापासूनच! लहान मुलांच्या खोड्या आणि हट्ट प्रसंगी अत्यंत तापदायक होतात, हा गेल्या तपातला अनुभव लक्षात असूनही आजसुद्धा मला वाटते– ज्या घरात लहान मूल आहे, तिथेच गोकुळातला आनंद मूर्तिमंत नाचत असतो. जिथे-जिथे पायांतल्या वाळ्यांची नाजूक छुमछुम आणि लाडक्या व बोबड्या बोलांची अखंड चिवचिव ऐकू येत आहे, तिथे-तिथे जगातले सर्व मधुर संगीत स्वच्छंदाने आलाप घेत आहे. लहान मुले खोटे खोटे खेळतात ना? त्यांच्या या लुटुपुटीच्या खेळात भाग घेताना प्रौढ माणसांना केवढा निर्व्याज आनंद लाभतो! पैशाएवढी चिमुकली पितळेची चकती– पण तुमच्या दोन वर्षांच्या कन्यकेने स्वयंपाक करून तुम्हाला त्या पानावर जेवायला बसविले, म्हणजे ते तुळशीबागेतल्या पितळी खेळात मिळणारे चार-आठ आण्यांचे ताट नसून, ती द्रौपदीची थाळी आहे, असा नाही का तुम्हाला भास होत? तुम्ही बाहेरून दमूनभागून आलेले असता, विविध काळज्यांनी उदास झालेले असता; पण घरात पाऊल टाकल्यावर तुमचा जर दीड-दोन वर्षांचा कान्हा दुडुदुडु धावत पुढे आला आणि तुम्ही काही बोलत नाही, असे पाहून गुलाबपाकळ्यांहूनही मऊ असा आपला इवलासा गाल त्याने तुमच्या ओठांपाशी नेला, म्हणजे क्षणार्धात तुमचे मन प्रफुल्लित होत नाही काय? एखाद्या मांत्रिकाने आपल्या एका शब्दाच्या उच्चाराने साऱ्या भुताखेतांची दाणादाण करावी, त्याप्रमाणे तुमच्या सर्व चिंता त्या क्षणी दूर दूर पळून जात नाहीत काय?

बालजीवन वाऱ्याप्रमाणे विनोदानेही संपन्न असते. किंबहुना लपंडाव हा खेळ लहान मुलांना अतिशय आवडतो. त्याचे कारण त्यांची विनोदप्रियता हेच आहे, असे मला वाटते. बोकड वीणा घेऊन बसला आहे, माकड तबला वाजवीत आहे आणि गाढव मोठमोठ्याने ताना मारीत आहे, हा चुटका ऐकून लहान मुलांना केवढे हसू फुटते! मक्याची कणसे त्यांना का आवडतात, हे ठाऊक आहे का तुम्हाला? ती गोड आणि लुसलुशीत असतात म्हणून नव्हे; दाढीमिशा लावून सोंग सजविण्याच्याकामी त्यांचा अतिशय उपयोग होतो, म्हणून! डोक्यावरून पांघरूण घेऊन तुम्ही बुवाचे सोंग आणा– आणि मग त्या सोंगाचे बिंग बाहेर फोडताना बालके कशी खदखदून हसतात, ते पाहा. काळ्या रंगापेक्षा गोऱ्या रंगाला जगात

अधिक मान आहे, असे पाहून एका कावळ्याने एकदा गोरे व्हायचे ठरविले. त्याकरता सर्व सिनेमा नटींनी एकमुखाने प्रशंसा केलेला एक साबण त्याने विकत आणला. रंकाळ्यावर जाऊन सकाळपासून संध्याकाळपर्यंत त्याने तो अंगाला चोळला आणि मग आपण गोरे झालो, अशा समजुतीने शेजारच्या एका न्हाव्याच्या दुकानात तो आरशासमोर येऊन उभा राहिला, अशी एक गोष्ट मी लहान मुलांना नेहमी सांगत असतो. या गोष्टीतल्या कावळ्याच्या स्नानाचे वर्णन सुरू झाले किंवा तो आरशासमोर येऊन उभा राहिला, असे नुसते सांगितले, म्हणजे मुलांची कळी अशी खुलते म्हणता! इसाप दोन हजार वर्षे जगातल्या साऱ्या बालकांचा दोस्त होऊन राहिला आहे, तो काही उगाच नाही. तो जीवनाचा टीकाकार असला, तरी त्याची टीका विनोदाने शृंगारलेली आहे.

लहान मुलांत काव्य असते, हे बहुतेक लोक कबूल करतील. त्यांच्यात विनोदबुद्धी असते, हे काही मंडळींना तरी मान्य होईल; पण प्रौढ मनुष्याला ती जीवनाकडे अंतर्मुख दृष्टीने पाहायला प्रवृत्त करतात, असे मी म्हटले, तर त्यावर कुणी फारसा विश्वास ठेवणार नाही. पण मानवतेची शाश्वत मूल्ये निरागस बालजीवनात जशी स्वच्छंदाने प्रकट होतात, तशी ती पैसा आणि प्रतिष्ठा यांच्या भजनी लागलेल्या किंवा लोभ आणि भोग यांच्या आहारी गेलेल्या प्रौढांच्या आयुष्यक्रमात क्वचितच दिसत असतील. ज्या नव्या जगाच्या रंगीबेरंगी जाहिराती निरनिराळ्या देशांतली मोठमोठी माणसे सध्या मधूनमधून लावीत असतात, त्याची निर्मिती जर कधीकाळी होणार असेल, तर ती बालसुलभ सहानुभूतीतूनच होईल. सहानुभूतीशिवाय समतेचे तत्त्वज्ञान मनुष्याला कळतच नाही, मग ते वळण्याची गोष्ट दूरच राहिली. बालमन हा विशाल सहानुभूतीचा झरा आहे. याचा अनुभव मी सर्वत्र– शालागृहांत, क्रीडांगणांवर, रेल्वेच्या डब्यात, इस्पितळात घेत आलो आहे. बालमनाच्या सहानुभूतीचे माझ्या आठवणीतले एक साधेच उदाहरण देतो. चार वर्षांपूर्वीची गोष्ट असेल. आम्ही सर्व सांगलीहून परत येत होतो. थंडीच्या कडाक्याचे दिवस असल्यामुळे तिसऱ्या प्रहरीच गाडीत आम्ही अंगात स्वेटर चढविले होते. आगगाडीतून आम्ही टांग्यात बसलो, त्यावेळी संध्याकाळ झाली होती. गार वारे सुटून अंगाला झोंबत होते. सुलभाला मांडीवर घेऊन मी टांगेवाल्याच्या शेजारी बसलो. घोडा धावू लागला. दोन-तीन मिनिटे तशीच गेली. नेहमी पाखरासारखी किलबिल करणाऱ्या दोन वर्षांच्या शुभाताई आज इतक्या मुखस्तंभ का झाल्या आहेत, हे काही केल्या माझ्या लक्षात येईना. मी तिच्याकडे निरखून पाहू लागलो. ती घोड्याकडे एकाग्रतेने पाहत होती. त्याच्या टापांचा जो टपटप असा तालबद्ध आवाज येत होता, त्यात ती गुंगून गेली असावी, असे मला वाटले; पण पुढच्याच क्षणी माझ्याकडे तोंड वळवून तिने हळूच विचारले,

"भाऊ, घोड्यांना का हो स्वेटर घालीत नाहीत! त्यांना नाही थंडी वाजत?"

लघुनिबंध हा बहुरंगी आणि बहुढंगी असा ललितवाङ्मयाचा एक प्रकार आहे, असे मी का म्हणतो, हे आता निराळे सांगायला नको. निसर्गाचे सौंदर्य आणि बालकांच्या लीला यांच्याइतके मोहक वैचित्र्य जगात दुसऱ्या कुठल्या तरी ठिकाणी आपणास सापडू शकेल काय?

वि. स. खांडेकर

कोल्हापूर

२७-१-४७

भावना

त्या पत्राचा आरंभ पाहून अगदी चकित झालो मी! माझ्या मैत्रिणीने लिहिले होते, 'असा राग आलाय मला तुमचा!'

पत्र पुढे वाचण्याऐवजी तिला राग येण्यासारखे आपल्या हातून काही घडले आहे किंवा काय, याची मी आठवण करू लागलो. सात-आठ दिवसांपूर्वी तिचे एक पत्र आले होते मला! परीक्षेच्या निकालाप्रमाणे पत्राच्या उत्तरांकडेही मुले-मुली डोळे लावून बसतात, हे लक्षात घेऊन मी अगदी उलट टपालाने त्याचे उत्तर पाठविले होते. बस्स! माझा गुन्हा काय तो एवढाच!

मी आणखी आठवू लागलो. हो, त्या दिवशी आजारी होतो मी! थंडीमध्ये पांघरूण लपेटून घेऊन स्वस्थ पडण्यात सुख असते ना? आजारात मनालाही तसेच करावेसे वाटते. बोलू नये, चालू नये, लिहू नये, वाचू नये– काही करू नये, अशी तीव्र इच्छा त्यावेळी होते. शरीर नि मन ही जुळी भावंडे आहेत की काय, कुणाला ठाऊक! पण त्यांच्या हर्ष-विषादाच्या संवेदना म्हणजे जुळ्याचे दुखणेच असते, यात शंका नाही.

त्या दिवशी अशा मन:स्थितीत असतानासुद्धा मी पडल्या-पडल्या मजकूर सांगून त्या मैत्रिणीच्या पत्राचे सविस्तर उत्तर वेळेवर पोस्टाच्या पेटीत पडेल, अशी दक्षता घेतली होती. अलीकडच्या मुलींना केसांत एखादेच फूल खोवण्यात सौंदर्य आहे हे कळते! पण तो न्याय पत्रातल्या वाक्यांना लावायला मात्र त्या कबूल होत नाहीत, ही गोष्टसुद्धा त्या दिवशी मी विसरलो नव्हतो. त्यामुळे तिच्या पत्रातले ते आरंभीचे विचित्र वाक्य वाचून मी विस्मितच झालो. परमेश्वराने स्त्रीचे मन निर्माण करताना पारा अधिक प्रमाणात वापरला असावा, अशीही शंका माझ्या मनात येऊन गेली. मी झटपट उत्तर पाठविले, म्हणून तिला खूप खूप आनंद झाला असेल, असे मी मनातल्या मनात मांडे खात होतो. या कल्पनेत गुंगतच मी तिचे पत्र उघडले होते. पण त्यातले हे पहिलेच वाक्य– 'असा राग आलाय मला तुमचा!' ओव्हर बाउंडरी मारल्याच्या ऐटीने वर बघावे आणि चेंडू जवळच उडून कुणीतरी झेललेला असावा!

अगदी तश्शी स्थिती झाली माझी हे वाक्य वाचून!

मी मनात म्हटले– आपल्यालाच तेवढा राग येतो, अशी या बाईसाहेबांची समजूत झालेली दिसते; पण राग ही अक्कल, कीर्ती किंवा पैसा यांच्याइतकी काही दुर्मीळ चीज नाही, हे यांना कुणीतरी पटवूनच द्यायला पाहिजे. म्हणावे, मीही रागावू शकतो.

या झटक्यासरशी मी ते हातातले पत्र टेबलावर फेकून दिले; पण लगेच मला वाटू लागले, ही सालस मुलगी कशाकरिता रागावली आहे, ते तर पाहावे. अलीकडच्या मुलींच्या डोक्यात विचारापेक्षा आकडेच जास्ती असतात, हा आक्षेप कितपत खरा आहे, हे अनायासे आपल्याला कळून येईल.

मी पत्र पुढे वाचू लागलो. तिने लिहिले होते : 'माझा राग अकारण आहे, हे मला कळतं! पण– भाऊ, तुम्ही स्वत: मला एका ओळीचं पत्र लिहिलं, तरी चालेल; मात्र कृपा करून तुमच्या त्या लेखकाच्या अक्षरातली पत्रं मला पाठवत जाऊ नका! तुम्हाला लिहिणे अशक्यच असेल, तर उषाताईंना लिहायला सांगा; पण तुमच्या त्या लेखकाला मात्र–'

मला हसू आवरेना. माझ्या लेखकाचे नि या मुलीचे पूर्वजन्मी वाकडे असले पाहिजे, असेच मला वाटले. नाहीतर त्याच्याविरुद्ध हिने तक्रार करायचे काय कारण होते? त्याचे अक्षर इतके सुंदर आहे, की त्याने लिहिलेला मजकूर वाचताना पिसारा उभारून नाचणाऱ्या मोराचे मोहक दृश्य डोळ्यांपुढे नेहमी उभे राहते. उलट, माझे अक्षर– त्याच्या वाईटपणाला उपमा शोधून काढणे मोठे कठीण आहे– ते वाचण्यापेक्षा भित्रा मनुष्यसुद्धा हसत लढाईवर जाईल!

असे असताना माझ्या या मैत्रिणीने त्या लेखकाच्या अक्षराविषयी प्रच्छन्न तिरस्कार दर्शवावा, याचे मला मोठे नवल वाटले!

पण ते क्षणमात्रच! तिच्या लिहिण्यातले एक वाक्य राहून राहून माझ्या मनात घोळू लागले– 'तुम्ही स्वत: मला एका ओळीचं पत्र लिहिलं तरी चालेल!'

कवितेतल्या एखाद्याच चरणात तिचा सर्व रस प्रकट व्हावा, तसे हे एकच वाक्य माझ्या मैत्रिणीचे मन उघड करून सांगत होते. जणू काही ती मला विनवून म्हणत होती : 'भाऊ, पत्रं म्हणजे काही वर्तमानपत्रं नव्हेत. मजकुराच्या मोजमापावरनं काही त्यांची किंमत कुणी ठरवीत नाही! पत्रं ही गीते आहेत. त्यांची गोडी लांबीरुंदीवर अवलंबून नाही. ती म्हणणाऱ्याच्या गोड गळ्यावर– किंबहुना ज्या अंत:करणातून ती बाहेर पडली असतील, त्या अंत:करणाच्या माधुरीवर अवलंबून आहे.'

तिने आपल्या रागाला अकारण हे विशेषण लावले होते; पण या दृष्टीने त्याच्याकडे पाहू लागताच मला वाटले– तिला आलेला राग सकारण आहे; नव्हे,

तो अतिशय स्वाभाविक आहे. पत्राचा आनंद आतल्या मजकुरापेक्षा ते लिहिणारी व्यक्ती आपल्याशी बोलत आहे– अगदी हितगुज करीत आहे– या भावनेत आहे. व्यक्तीच्या सहवासाचा हा क्षणिक मधुर भास तिच्या अक्षरावाचून निर्माण होणे शक्य नाही. माझ्या लेखकाने लिहिलेले सविस्तर पत्र वाचून माझ्या मैत्रिणीच्या बुद्धीचे समाधान झाले असेल; पण तिची भावना असंतुष्ट राहिली. तो धुमसणारा असंतोष तिच्या रागाच्या रूपाने प्रकट झाला, तर त्यात नवल कसले? मनुष्याची सारी सुखदु:खे भावनात्मकच असतात, नाही का?

हे सिद्ध करावयाला मोठमोठी उदाहरणे कशाला हवीत? अगदी साधीच गोष्ट पाहा ना! मी मुंबईला वारंवार जातो. स्टेशनवर मला न्यायला कुणी आले नाही, तरी मी वाट चुकणार नाही अगर गोंधळणार नाही, हे मला कळते; पण प्रत्येक वेळी भायखळा स्टेशन मागे पडले, की मी उत्सुकतेने बाहेर डोकावून पाहू लागतो. अगदी पहिल्यांदाच मुंबईला येणाऱ्या लहान मुलांच्या डोळ्यांनी म्हणानात! खाडखाड रूळ बदलून गाडीचा वेग मंद झाला, की माझी दृष्टी प्लॅटफॉर्मवरल्या माणसांवरून अधीरतेने भिरभिरत जाते. त्या गर्दीत कुणाची तरी ओळखीची मूर्ती किंवा कुणाचा तरी अर्धवट उंचावलेला हात पाहिला, की क्षणभर विलक्षण आनंद होतो मला. पारिजातकाच्या ताज्या फुलांची ओंजळ कुणीतरी आणून द्यावी, तसे माझ्या स्नेह्यांच्या हास्ययुक्त मुद्रांकडे पाहिले, की मला वाटते. त्या एका क्षणात प्रवासाचा सारा शीणभाग मी विसरून जातो.

कीर्ती, संपत्ती, संस्कृती, इत्यादिकांच्या मागे धावून मिळणारी सुखे ही गाण्यातल्या लांबलचक तानांसारखी असतात. ती बुद्धीला झुलवितात, पण हृदयाला हलवू शकत नाहीत. उलट दररोजच्या साध्यासुध्या आयुष्यक्रमातील इवलीइवली सुखे ही गायनातल्या लहान लहान मुरक्यांप्रमाणे वाटतात. त्यांच्यामुळेच जीवनसंगीताला अवीट गोडी प्राप्त होते, असे मला तरी वाटते. आपला एखादा मित्र आजारी असला, तर त्याच्याकरता आपण काही मुंबईहून विमानाने बडे बडे डॉक्टर आणू शकत नाही; पण त्याला भेटायला जाताना एखादे टपोरे गुलाबाचे फूल घेऊन जाणे तरी आपल्या स्वाधीन आहे की नाही? आपला मित्र कवी नसला किंवा कुठल्याही वस्तूवर एखादे प्रतीक लादून गूढगुंजन करणाऱ्या कादंबऱ्यांचा त्याला कंटाळा येत असला, तरीही त्या गुलाबाच्या फुलाकडे पाहून त्याच्या मुद्रेवर स्मितरेषा चमकल्याशिवाय राहणार नाही. जणू काही ते फूल त्याला मूकसंदेश देत असते– हास, जरा हास. काल आणि उद्या हे भास आहेत. जगात सत्य एकच आहे. आज– हा दिवस– ही घटका– हा क्षण! कालची कळी उद्या निर्माल्य होत असेल! पण आज ती फूल होऊन गात आहे, हसत आहे. तूही असाच गात राहा, असाच हसत राहा.'

भावनेचे हे माहात्म्य आपल्या पौराणिक कवींनी किती सुंदर रीतींनी चित्रित केले

आहे! कृष्णावर निरपेक्ष प्रेम करणारी कुब्जा किंवा सामोरे आलेले सिंहासन लाथाडून चौदा वर्षे प्रभू रामचंद्रांच्या पादुकांची पूजा करीत बसणारा भरत यांचा कुणाला तरी विसर पडेल का?

या उदाहरणांवर पुराणातल्या गोष्टी पुराणातच, असा आक्षेप घेणारे निघणारच नाहीत, असे नाही. त्यांना मी एवढेच विचारतो– मोतीलाल नेहरू हे एक आधुनिक काळातले मोठे बुद्धिमान गृहस्थ होऊन गेले, हे तुम्हाला मान्य आहे ना? भोग आणि त्याग या दोन्ही क्षेत्रांत त्यांनी नाव गाजविले आहे. त्यांचे चरित्र वाचून त्यांच्यातली अविस्मरणीय गोष्ट कोणती, ते तुम्हीच मला सांगा. माझी खात्री आहे, की तुम्ही एकाच प्रसंगाचे वर्णन कराल– जवाहरलाल तुरुंगाची वाट चालू लागले आहेत, आजपर्यंत राजवैभवात वाढलेल्या आपल्या प्रिय पुत्राचे कारागृहात किती हाल होतील, याची कल्पना करीत मोतीलालजी आपल्या शयनगृहात तळमळत आहेत, त्यांना पलंगावरची मऊ मऊ गादी खुपू लागते, आपल्या लाडक्या मुलाला तुरुंगात जमिनीवर, अगदी साध्या सतरंजीवर झोपावे लागणार, या विचाराने व्याकूळ होतात आणि जमिनीवर एक साधीसुधी चटई पसरून ते तिच्यावर तळमळत पडतात!

◆

खिडक्या

"छे:!" नकळत माझ्या तोंडातून उद्गार निघून गेला. ध्यानीमनी नसताही बंदुकीची गोळी कानाजवळून सूं करीत जावी, तशी त्या घरमालकाची स्थिती झाली. तो माझ्याकडे पाहतच राहिला.

घर पाहायला आलो, तेव्हा मी दारातच त्याला म्हणालो होतो,

"'लग्न पाहावं करून नि घर पाहावं बांधून' ही म्हण फार जुनी झाली आता. 'लग्न' करण्यापेक्षा संसार करणंच शतपटीनं कठीण आहे!"

"नि घर बांधण्यापेक्षा?" त्याने उत्सुकतेने प्रश्न केला होता.

"मनासारखं घर शोधून काढणं. भाड्याची घरं पाहून पाहून मी इतका कंटाळून गेलो आहे, की या दगदगीपेक्षा बिन-भाड्याच्या घरातच जाऊन राहणं बरं, असं मला वाटू लागलंय!"

सदरहू घरमालक एखाद्या वर्तमानपत्राचा बातमीदार नव्हता, म्हणून बरे! नाही तर दुसऱ्याच दिवशी मी सत्याग्रह करून तुरुंगात जाणार असल्याच्या बातम्या वृत्तपत्रांत फडकल्या असत्या!

हसत-हसत त्याने मला घर दाखवायला सुरुवात केली. पहिला नि दुसरा मजला पाहून मी तर अगदी खूश होऊन गेलो. मुबलक जागा, विपुल प्रकाश, भिंतींना दिलेला फिक्कट निळा रंग— मला हवे होते, तसे घर होते ते! फक्त एकाच गोष्टीची उणीव होती. मला लिहायला बसायला निवांत अशी खोली कुठेच दिसत नव्हती.

"तिसऱ्या मजल्यावर अशी एक खोली मुद्दाम बांधली आहे," असे जेव्हा घरमालकाने मला सांगितले, तेव्हा माझा आनंद गगनात मावेना. मी धावतच जिना चढलो म्हणानात!

खोली खरोखरच सुंदर होती. एखाद्या अंगठीमध्ये लहानसा हिऱ्याचा खडा बसवावा, तशी ती प्रथमदर्शनी मला वाटली.

पुन्हा चौकस नजरेने मी तिच्या अंतरंगाचे निरीक्षण केले आणि लगेच माझ्या

तोंडून उद्‌गार निघाला,

"छे:!"

माझ्याकडे टकमक पाहणाऱ्या त्या घरमालकासाठी या एकाक्षरी उद्‌गारावर भाष्य करणे आवश्यक होते म्हणून मी म्हणालो,

"तशी खोली छान आहे हो! पण–"

"पण काय?"

"हिला एकच लहान खिडकी आहे, नि तीसुद्धा रस्त्याच्या बाजूला नाही!"

"या रस्त्यावर भयंकर रहदारी असते, म्हणून मुद्दामच मी या बाजूला खिडकी ठेवली नाही!"

मी मनात म्हटले, काय अरसिक गृहस्थ आहे हा! खिडकीत केवढे काव्य असते, याचा बिचाऱ्याने कधीच अनुभव घेतला नसावा! खिडकी म्हणजे मूर्तिमंत सौंदर्य– खिडकी म्हणजे मूर्तिमंत जीवन– खिडकी म्हणजे अंधार कोठडीतल्या कैद्याला आनंदाचा किरण दाखविणारी देवता!

आगगाडीत चढल्यावर लहान मूल एकदम खिडकी गाठते, ते काय उगीच? व्याख्यानाला आलेल्या माणसांत खिडकीजवळचा श्रोता फार कमी कंटाळतो, हा अनुभव कुणाला नाही?

शाळेत असताना आपला नेहमी पहिला नंबर असावा, असे मला वाटे. त्याचे मुख्य कारण पहिल्या नंबरच्या जागेजवळ एक मोठी खिडकी होती, हेच असले पाहिजे. जेव्हा जेव्हा माझा नंबर खाली जाई, तेव्हा तेव्हा मला मनस्वी दु:ख होई. सारे सोबती म्हणत– 'अगदीच हळवा आहेस तू! या महिन्यात नंबर खाली गेला, तर पुढच्या महिन्याला तो वर येईल! आहे काय त्यात?' मला नंबर गमावल्याचे दु:ख होत नसून खिडकीजवळची जागा गेल्यामुळे वाईट वाटत आहे, याच्यावर काही केल्या त्यांचा विश्वासच बसत नसे. अपमान लपवून ठेवण्याकरिता मी एक लंगडी सबब पुढे करीत आहे, असेच सर्वांना वाटे.

ज्यांचे घर मी पाहायला आलो होतो, तो मालकही माझ्या शाळासोबत्यांचाच अवतार होता. इतर सर्व गोष्टी पसंत असूनही स्वत:च्या बैठकीच्या खोलीला खिडक्या नाहीत, म्हणून घर नाकारणारा मनुष्य वेडाच असला पाहिजे, हा अभिप्राय त्याच्या चर्येवर अगदी स्पष्टपणे उमटला होता.

खोलीतून बाहेर पडता-पडता मला घर नको असल्याचे मी त्याला सांगितले.

माझा नकार ऐकून त्याला विलक्षण आश्चर्य वाटले. मी नुकत्याच पाहून आलेल्या दुसऱ्या घरांपेक्षा त्याने मला चार रुपये कमी भाडे सांगितले होते; पण...

लेखक नुसते लहरीच नसतात, तर थोडेफार वेडेही असतात, अशी त्याची खात्री झाली असावी!

मला वाटते, हे खिडक्यांचे वेड भाड्याचे चार रुपये वाचवू पाहणाऱ्या व्यावहारिक शहाणपणापेक्षा अधिक सुंदर व जीवनसंवर्धक आहे. खिडक्या असलेल्या खोलीत डोळ्यांना दिसणारा प्रकाश तर अधिक येतोच; पण आपल्या मनातला काळोखही सहजासहजी उजळत जातो. खिडक्यांतून शरीराला सुखावह वाटणाऱ्या वायुलहरीच येतात, असे नाही. कोमेजलेल्या मनाला प्रफुल्लित करणाऱ्या जीवनलहरीही त्यातूनच आपल्यापर्यंत येऊन पोहोचतात.

तासन् तास ठरलेली जागा न सोडता काम करणारा मनुष्य हा एक प्रकारचा कैदीच असतो. तो वारंवार कंटाळून जातो. कितीतरी वेळा त्याला आपल्या कायम ठशाच्या आयुष्याचा उबग येतो. अशावेळी त्याला एखाद्या खिडकीजवळ जाण्याची संधी मिळाली, की लगेच त्याच्या मनात नवी पालवी फुलू लागते. खिडकीतून अनंत आकाश त्याला आपल्याकडे बोलावते. निळसर हसऱ्या टेकड्या आपला मूक संदेश त्याला सांगतात. वर्षाकाल धरणीला करीत असलेला अभिषेक पाहून त्याचे मन प्रसन्न होते. त्या अभिषेकाच्या वेळी वृक्षराजी चवऱ्या ढाळीत असल्याचे दृश्य दिसताच तोही त्यांच्याप्रमाणे डोलू लागतो. थंडीच्या दिवसांतल्या एखाद्या शनिवारी बाहेर धुके पसरलेले पाहून सृष्टी जणू काही आपल्याला लपंडाव खेळायला बोलावीत आहे, असा त्याला भास होतो.

खिडकीतून दिसणाऱ्या निर्जीव निसर्गाशी समरस होताच मनुष्याच्या जीवन-शक्तीला भरतीच्या लाटा येऊ लागतील. मग खिडकीपाशी उभे राहिल्यावर क्षणाक्षणाला मानवतेचे जे सुंदर आणि सजीव दर्शन होते, त्याने मनुष्य आपले दुःख विसरून जात असला, तर त्यात नवल ते कसले?

खिडकीपाशी उभे राहणे, हे मनाच्या उदासीनतेवरले रामबाण औषध आहे, हा अनुभव मी अनेकदा घेतला आहे. दुपारी खिडकीतून रस्त्याकडे नजर टाकली, की जीवनकलहाची तीव्रता चटकन मनाला पटते. बाहेर भाजून टाकणाऱ्या उन्हात पाथरवट दगड फोडीत बसलेला दिसतो, तान्ह्या मुलाला झाकण्याइतकीसुद्धा ज्याची लांबीरुंदी नाही, असे लुगडे नेसलेली भिकारीण दारोदार भाकरीच्या तुकड्याकरिता टाहो फोडीत असल्याचे दृश्य दृष्टीला पडते आणि मग स्वतःच्या क्षुल्लक अडचणींचा बाऊ करून दुःखी होणाऱ्या आपल्या मनाची आपल्यालाच लाज वाटू लागते.

संध्याकाळच्या वेळी खिडकीतून रहदारीच्या रस्त्याने पाहिले, की 'शाळा सुटली, पाटी फुटली' हे अक्षर-वाङ्मयातले अभिजात शिशुगीत मोठमोठ्याने म्हणत घराकडे धाव घेणारी लहान मुले आपले मन वेधून घेतात. फुटबॉल किंवा क्रिकेटचे सामान हातांत घेऊन तावातावाने बोलत जाणारी चौदा-पंधरा वर्षांची मुले आपल्याला उल्हसित करतात. नटून-थटून हळदीकुंकवाला निघालेल्या बायकांचेही मधूनमधून मधुर दर्शन घडते आणि देवाला चाललेल्या म्हाताऱ्या आजीबाईंची

बरोबरच्या अवखळ नातवंडाला सांभाळण्याकरिता चाललेली धांदल पाहून तर मनामध्ये वत्सल आणि हास्य या दोन्ही रसांचा विलक्षण गोड असा संगम निर्माण होतो. आपल्या खोलीतल्या आणि आपल्या वैयक्तिक जीवनातल्या साठलेल्या पाण्यात खिडकीतून आत येणाऱ्या जीवनसागराच्या लाटा हा हा म्हणता नवे चैतन्य निर्माण करतात.

—आणि म्हणूनच ज्या खोलीला विपुल खिडक्या नाहीत, ती कितीही सुंदर असली, तरी मला आवडत नाही. मित्राचे नाकडोळे रेखीव आहेत, की काय हे आपण कधीच पाहत नाही! पण ज्याचे ओठ हसण्याकरिता कधी उघडत नाहीत आणि ज्याच्या हास्यातून अंतरंगातल्या मधुर भावनांचे दर्शन कधी होत नाही, अशा माणसाशी कुणीतरी मैत्री करील का? खिडक्या नसलेली खोली ही अशा रूक्ष, भावनाशून्य माणसासारखी वाटते मला.

जग सुधारत चालले आहे, हे सिद्ध करण्याकरिता हल्लीचे पुष्कळ पंडित मोठमोठी प्रमाणे पुढे करतात, तेव्हा मला हसू येते. मी मनात म्हणतो– हे खोटे आहे, असे कोण लेकाचा म्हणतो? माणसे पूर्वीपेक्षा घराला अधिक खिडक्या ठेवू लागली आहेत, या एकाच गोष्टीवरून या सिद्धान्ताची सत्यता कुणालाही पटेल.

◆

हिरवा रंग

पत्नीच्या मागून कापड दुकानात शिरताना माझे मलाच हसू येत होते.

दासबाबूंना झटकन कुलूप काढता येत नसे, म्हणतात. त्यांचे मोठेपण माझ्यापाशी नसले, तरी लहानसहान गोष्टींत अगदी त्यांच्यासारखा गोंधळून जातो मी! चार तासांत दहा पानांची लघुकथा लिहायची असली, तर त्याची मला फिकीर वाटत नाही! पण कुणाच्या पायातला काटा काढायचा असला, तर मात्र माझी पाचावर धारण बसते. वाटते– आपण काटा काढायला लागलो नि त्या माणसाच्या पायात सुई मोडली तर? हो, धर्म करता कर्म उभे राहायचे. एखाद्या सभेपुढे तासभर अस्खलित भाषण करायचे मला जेवढे भय वाटत नाही, तेवढे स्टोव्हवरती चहा करायचे वाटते. स्टोव्हजवळ बसले, की मागे मुंबईच्या वर्तमानपत्रांमध्ये दररोज येणाऱ्या त्या अपघातांच्या बातम्या, त्या साड्या नेसणाऱ्या गुजराथी बायका, ते कॉरोनर आठवल्यांचे निकाल, इत्यादी गोष्टी डोळ्यांपुढे उभ्या राहतात! आणि मग पिन करताना नि पंप करताना आपण अक्षरशः विस्तवाशी खेळत आहो, असा भास होतो मला.

व्यवहारातल्या अगदी साध्या गोष्टींत ज्याचा असा गोंधळ होतो, त्याची अक्कल कापड दुकानात कितीशी चालणार?

खोटा जर आणि खरा जर यांच्यातले अंतर ओळखायला कुणी एक हजार रुपयांचे बक्षीस लावले, तरी ते या जन्मात मला मिळणार नाही, हे मी खात्रीपूर्वक सांगतो. कापड दुकानात माझ्या मनाचा गोंधळ उडण्याचे आणखीही एक कारण आहे. एखाद्या सुंदर बागेत जाऊन तिथले एकच फूल तोडायला सांगितले, तर माणसाचा किती विरस होईल! कापड दुकानात माझी हुबेहूब तशी स्थिती हेते. इतक्या अडचणींतून एखादे सुंदर वस्त्र निवडलेच, तर त्याच्यावर जो व्यापारी आकडा लिहिलेला असतो, तो पाहिला की–

मला अशावेळी एकच विचार सुचतो. आपल्या गोड गोड लेखनातून मोठी मोठी तत्त्वे सांगणाऱ्या लेखकांच्या पोकळ अंतरंगाचा पत्ता जसा श्रद्धाळू वाचकाला

लागत नाही; त्याचप्रमाणे व्यापारी आकड्यांची खरी किंमत ब्रह्मदेवालाही कळणे शक्य नाही!

हे सारे मनात येऊनही मी पत्नीबरोबर गेलो, याचे एकच कारण! तिचा आग्रह! हायकोर्टाच्या निकालावर प्रीव्ही कौन्सिलकडे अपील तरी करता येते, पण पत्नीच्या निकालावर? छे:! अब्रह्मण्यम्!

तिला जे लुगडे घ्यायचे होते, ते मी पसंत करावे, अशी तिची इच्छा होती.

लुगडी आणि आइनस्टाईनचा सापेक्षतेचा सिद्धान्त याविषयी मला सारखेच ज्ञान आहे; असे सांगून मी तिच्याबरोबर बाजारात जायचे टाळू लागलो, तेव्हा ती म्हणाली,

''परवाचं तुमचं शर्टचं कापड मी पसंत केलंय हं! तेव्हा आजचं लुगडं तुम्हीच-''

मुकाट्यानं बाजारात जायला तयार झालो मी! हा प्रश्न बुद्धीचा नसून, भावनेचा आहे, हे मी ओळखले. पतीने पत्नीच्या डोळ्यांनी पाहावे आणि पत्नीने पतीच्या डोळ्यांनी निरीक्षण करावे, ही सुखी संसाराची गुरुकिल्ली आहे, हे कोण नाकबूल करील? मात्र तिच्याबरोबर लुगडे विकत घ्यायला जाताना एकसारखे माझ्या मनात येत होते- लग्नात नवराबायकोंनी एकमेकांना घास देण्याची जी जुनी पद्धत होती, तिच्यातही असाच काही खोल अर्थ असेल का? दोघांनी दोन ताटांत जेवणे निराळे आणि एकमेकांनी एकमेकांना घास देणे निराळे! पहिला व्यवहार आहे नि दुसरे काव्य आहे आणि ज्याला आपण सुख सुख म्हणतो, त्याचे खरे स्वरूप एकच आहे- काव्यदृष्टीने जगाकडे पाहण्याची शक्ती!

कापड दुकानात माझ्या पत्नीभोवती विविध रंगांची, तऱ्हेतऱ्हेच्या काठांची सुंदर-सुंदर लुगडी येऊन पडू लागली. त्यांच्याकडे पाहता-पाहता माझ्या मनात आले- आपण चित्रकार असतो, तर या दृश्याकडे पाहून 'संध्या-देवता' म्हणून एक चित्र आपण नक्की काढले असते!

मी ऐकू लागलो. माझी 'संध्या-देवता' काव्यबिव्य गुंडाळून ठेवून दुकानदाराला विचारीत होती,

''हे चांगलं लांबरुंद आहे ना? नि याचा रंग? नाहीतर धुतलं, की आपलं पोतेरं होईल! याची किंमत काय? नक्की सांगा हं!''

लुगड्यांचे बारकाईने निरीक्षण करण्यात ती इतकी रंगून गेली होती, की बोलून सोय नाही. हे पाहून मला एक विचित्र कल्पना सुचली- द्रौपदीवस्त्रहरण हा महाभारतातला मोठा करुण प्रसंग मानतात. पण सूक्ष्म दृष्टीने पाहिले, तर तो तसा नाही. कृष्णाने पुरविलेल्या विविध वस्त्रांच्या राशी भोवताली जेव्हा दिसू लागल्या असतील, तेव्हा द्रौपदीलासुद्धा आपल्या दुःखाचा विसर पडला असेल! कदाचित

त्या राशीतला एखादा शालू हातात घेऊन तिने, ''याची किंमत काय?'' म्हणून दु:शासनाला प्रश्नही केला असेल! आणि मग—

पत्नीच्या प्रश्नाने मी माझ्या या विचित्र तंद्रीतून जागा झालो. ती म्हणत होती, ''कुठलं घेऊ यातलं?''

एक अस्मानी व एक गुलाबी, अशी दोन सुंदर लुगडी तिने निवडून काढली होती.

पण माझी दृष्टी पलीकडे पडलेल्या एका हिरव्या लुगड्याकडे गेली. मी म्हटले, ''ते हिरवंच घे ना!''

''इश्श! गतवर्षी असलंच घेतलं होतं की!''

मी बोलून गेलो,

''हिरव्या रंगाचा माणसाला कधीच कंटाळा येत नाही!''

मी जागेवरून उठलो नि ते हिरवे लुगडे उचलून पाहिले. त्या सुंदर रंगात जगातल्या साऱ्या आशा एकवटल्या आहेत, सारी हास्ये हातात हात घालून नाचत आहेत, असा भास झाला मला!

पत्नीचा विरस होऊ नये, म्हणून तिला आवडलेले अस्मानी लुगडेही घ्यायला मी सांगितले. मात्र घरी येताना मी हळूच म्हटले,

''बायका नवऱ्याला दुकानात का घेऊन जातात, ते आज मला कळलं! आयती एकाऐवजी दोन लुगडी मिळतात! एक त्याच्या आवडीचं नि एक आपल्या स्वत:च्या आवडीचं!''

''पण हिरवा रंगच आपल्याला का आवडतो इतका?''

तिच्या या प्रश्नाचे मी काहीच उत्तर दिले नाही. मनोमन पटणाऱ्या गोष्टीची चर्चा कुणी रस्त्यावर करीत बसते का?

आकाशाचा फिक्कट निळा रंग मला आवडत नाही, असे नाही. तो पाहिला, की युरोपियन बालकांच्या निळसर डोळ्यांची आठवण मला होते. क्षितिजापाशी समुद्राच्या काळसर लाटांवर टेकलेला आकाशाचा नीलिमा पाहिला, की त्या बालकांचे डोळे काजळ घातल्यावर किती मोहक दिसतील, याची मला कल्पना येते; पण असे असूनही निळ्या रंगाचे विलक्षण आकर्षण मला कधीच वाटत नाही.

पांढऱ्या रंगाचा पावित्र्याशी किती निकट संबंध आहे, हे सूर्यापासून खादीपर्यंत कुठल्याही पदार्थाकडे पाहिले, तरी सहज कळून येण्याजोगे आहे. सकाळी दिशा उजळू लागतात, तेव्हा निश्चेष्ट झालेला मनुष्य शुद्धीवर येत असल्याचा जो सुंदर भास होतो, त्याचा आनंद मी अनेकदा लुटला आहे; पण असे असूनही पांढऱ्या रंगाविषयी काही केल्या मला विशेष प्रेम वाटत नाही.

तांबडा रंग पाहिला, की ज्यांनी देशासाठी धारातीर्थी रक्त सांडलेले आहे किंवा

समाजासाठी आपल्या स्वार्थाला नि सुखाला हसत अग्नी दिला आहे, अशा अनेक महात्म्यांच्या मूर्ती माझ्या डोळ्यांपुढे उभ्या राहतात. पिवळ्या रंगाला आपले मोठेपण या पद्धतीने सिद्ध करता आले नाही, तरी तो रंग सोन्याचा रंग आहे, ही एकच गोष्ट त्याची आजकालची लोकप्रियता दर्शवण्याला पुरेशी आहे.

काळ्या रंगात किती गूढ नि मोहक काव्य भरले आहे, हे पाहण्याकरिता अमावस्येच्या रात्री टेकडीवर मी एकटाच जाऊन बसलो आहे. एखादा पतंग ज्याप्रमाणे उडत-उडत उंच जाऊन दिसेनासा व्हावा, त्याप्रमाणे त्या उदासरम्य वातावरणात मी स्वत:पासून किती दूर गेलो होतो, याची आठवण मी अजून विसरलो नाही; पण असे असूनही काळा रंग हा माझा आवडता रंग आहे, असे मात्र मला कधीच वाटले नाही.

हिरवा रंग सर्वश्रेष्ठ नसता, तर घरोघर पोपटांचे पिंजरे दिसले असते का?

आमच्या घराच्या मागच्या बाजूला एका लहान घराच्या अगदी छोट्या अशा अंगणात केळी लावलेल्या आहेत. आडदांड वारा त्या केळीच्या पानांच्या जोरजोराने चिंधड्या करीत असतो. लहान मुलाला जेवायला उपयोगी पडेल, असा फाळकासुद्धा एकाही केळीवर मिळणार नाही, इतकी त्यांची दुर्दशा झाली आहे; पण असे असून त्या केळी उपटून टाकण्याची इच्छा घरमालकाला होत नाही! याचे कारण एकच आहे, असे मला वाटते– त्या पानांचा सौम्य सुंदर हिरवा रंग!

हिरवा रंग हा जीवनाचा रंग आहे. हे ज्यांना खोटे वाटत असेल, त्यांनी आपल्याकडील एक रूढी अवश्य लक्षात घ्यावी. पहिल्या डोहाळजेवणाच्या वेळी भावी मातेला हिरव्या रंगाचे लुगडे नेसवले जाते, हिरव्या रंगाची चोळी घातली जाते नि तिला काकणे घालतात, तीही हिरव्या रंगाचीच असतात.

पण जुन्या चालींवर ज्यांची श्रद्धा नसेल, त्यांना हे कसे पटावयाचे? त्यांना मी एकच विनंती करतो– कृपा करून माझ्याकडे या. माझ्या घराच्या मागेच खासबागेतले मैदान आहे. उन्हाळ्यात या मैदानात मुले खूप खेळ खेळत असत. त्यावेळी मुले नसली, म्हणजे या मैदानाकडे पाहवतसुद्धा नसे. जिकडे–तिकडे माती दिसायची! नि वावटळ सुटली, की एकसारखे धुळीचे लोट उठायचे; पण उन्हाळ्यातल्या या शून्य मैदानाकडे ढुंकूनसुद्धा न पाहणारा मी, आता ते निर्जन असतानासुद्धा घटका घटका त्याच्याकडे पाहत उभा राहतो. मैदान हा शब्दसुद्धा त्याच्याबाबतीत आता कसासाच वाटतो मला. निदान पाचूचे मैदान म्हणेन मी त्याला. कुठंही नजर टाका– जिकडे-तिकडे हिरवळ पसरली आहे. जणू काही वर्षादेवीच्या नृत्याकरिता धरणीने जपून ठेवलेला आपला आवडता गालिचाच पसरला आहे.

साधी हिरवळ आहे ही. तिला वेलीप्रमाणे फुले येत नाहीत किंवा झाडांप्रमाणे फळे येत नाहीत! पण हा हिरव्या रंगाचा वीतभर खोल असा समुद्र पाहिला, की मन

कसे प्रसन्न होते! झोपेनंतर शरीराला जशी हुशारी वाटते, तसे या हिरवळीकडे पाहत राहिले, की हृदय उल्हसित होते. कुणी बी पेरायला नको! कुणी मशागत करायला नको, जमीन सुपीक असायला नको! काही नको! थोडासा कुठे ओलावा मिळाला, की हिरवळ जमिनीतून आपले डोके वर काढते. मनुष्याच्या उत्कट जीवनेच्छेचे इतके सुंदर प्रतीक दुसरीकडे कुठेतरी मिळेल काय?

–आणि म्हणून मला वाटते– बायकोने कापड दुकानात नेल्याबरोबर मी जसा तिला हिरवे लुगडे घेण्याचा सल्ला दिला, तशी रशियातल्या क्रांतीच्या वेळी कुणीतरी लेनिनला एक विनंती करायला हवी होती–

''तुमचे निशाण तांबडे ठेवू नका, हिरवे ठेवा. 'रेड आर्मी' हे 'ग्रीन आर्मी' होऊ द्या. कारण क्रांतीला आपले हात नाइलाजाने लाल करावे लागत असले, तरी तिच्या डोळ्यांत नव्या जीवनाचे तेजच नाचत असते. क्रांती ही कठोर कृत्या नाही; ती प्रेमळ माता आहे.''

◆

आभार

त्या पुस्तकातली एकच गोष्ट वाचावयाची उरली होती. प्रवास संपत आला, की मनुष्याची धांदल होते ना! अगदी तश्शी गडबड उडाली होती माझी! मी मनात म्हणत होतो– एवढी दोन पाने वाचली, की...

पण त्या दोन पानांतल्या पहिल्या पाच ओळी वाचताच मी गोंधळून गेलो. गोष्ट नव्हतीच ती! कीर्तन संपले, की 'हेचि दान देगा, देवा' म्हणतात ना? त्याचेच अनुकरण त्या लेखकाने केले होते.

पुस्तक मिटून बाजूला ठेवण्याच्या बेतात होतो मी; पण त्या पानावरल्या मधल्याच एका वाक्याने माझे लक्ष वेधून घेतले. त्यात लेखकाने आपल्या पत्नीचे मन:पूर्वक आभार मानले होते.

मला वाटले– सदरहू लेखकमहाशयाची बायको चांगली सुशिक्षित असेल. तिने लेखनाच्या कामी त्याला खूप मदत केली असेल. हो! लेखक म्हटला, की त्याचे अक्षर हे वाईट असायचेच! ते अक्षर लावून तिने त्याच्या लिखाणाची सुंदर मुद्रणप्रत तयार केली असेल–

कल्पनेच्या पतंगाची दोरी आखडून मी पुस्तकातला तो भाग वाचू लागलो. लेखक शांतपणाने म्हणत होता :

'मी माझ्या पत्नीचा अत्यंत आभारी आहे. सिनेमाला जाताना प्रत्येक वेळी मी बरोबर असलेच पाहिजे, असा तिने हट्ट धरला असता, तर या पुस्तकातल्या कित्येक गोष्टी लिहायला मला सवडच मिळाली नसती!'

हे वाक्य वाचून मी स्वत:शीच हसलो आणि पुढला मजकूर मोठ्या उत्सुकतेने वाचू लागलो.

लेखकाने आपल्या खोलीच्या वर राहणाऱ्या व नृत्याचे धडे घेणाऱ्या बाईचेही आभार मानले होते. कारण ती जर चोवीस तास त्याच्या डोक्यावर नाचत राहिली असती, तर त्याला लेखनाला स्वास्थ्यच मिळाले नसते.

मी पुढल्या भागावर नजर टाकली. त्याची आभारांची यादी खूपच मोठी झाली

होती. तिच्यात निर्भेळ दारू देणाऱ्या दुकानदाराचाही समावेश केला होता त्याने!

ही यादी वाचताना मला हसू आले नाही, असे नाही. ती तयार करताना स्मरणशक्तीपेक्षाही विनोदबुद्धीचाच सदरहू लेखकाने अधिक उपयोग केला होता, हे खरे! पण एकीकडे हसत असताना दुसरीकडे माझे मन म्हणत होते– 'या विनोदाच्या मागे एक नाजूक भावना लपलेली आहे– एक चिरंतन सत्य या विनोदाच्या बुरख्यातूनही बाहेर डोकावून पाहत आहे– किती सूक्ष्म ऋणानुबंधाने आपण सर्व बांधले गेलो आहोत, हे त्याच्यातून सूचित होत आहे.'

उठल्यासुटल्या तोंडाचा चंबू करून 'थँक्यू' म्हणत सुटणाऱ्या माणसांचा मला राग येतो. सभेच्या शेवटी आभारप्रदर्शनाकरिता उठून रंगाचा बेरंग करणाऱ्या प्राण्याबद्दल तर मला तिटकाराच वाटतो. अंतःकरणपूर्वक आभार मानण्याऐवजी आपल्या तुटपुंज्या विद्वत्तेचे प्रदर्शन करण्यातच त्याला अधिक धन्यता वाटते. पण कृत्रिम फुलांना वास येत नाही; म्हणून काही कुणी वेलीवर उमटलेल्या फुलांचा वास घेतल्याशिवाय राहत नाही. आभारांचेही तसेच आहे.

पत्नीपासून दारू-दुकानदारापर्यंत सर्वांचे आभार मानणाऱ्या त्या लेखकाप्रमाणे मीही मधूनमधून अनेकांचे आभार मानीत असतो. अरुंद रस्त्याने जाताना समोरून मोटार लॉरीचे धूड येत असावे! ते अंगावरून निघून गेल्यावर नि धुळीशिवाय आणखी काही प्रसाद आपल्याला मिळाला नाही, अशी खात्री झाल्यावर मी तो भव्य रथ हाकणाऱ्या ड्रायव्हरचे मनातल्या मनात आभार मानतो. त्याने थोडेसे दुर्लक्ष केले असते, तर 'मरणं प्रकृतिः शरीरिणाम्' हा कालिदासाचा सिद्धान्त मला तत्काळ अनुभवाला आला असता, हे मी अशावेळी विसरत नाही. खाणावळीत जेवल्यानंतर दोन–तीन दिवसांत प्रकृती बिघडली नाही, म्हणजे तिच्या मालकाचे आभार मानण्याची हुक्कीही मला येते. वरणात पडलेली पाल वेळीच काढून टाकण्याची दक्षता त्याच्यासारखे लोक घेतात, हे आमचे केवढे भाग्य! नाहीतर आमच्या नावामागे 'कै.' ही पदवी केव्हाच लागून गेली असती.

मात्र हे आभार मानताना मधूनच माझ्या मनात येते– सामान्य मनुष्याची दृष्टी किती अधू असते! वर्तमानकालाच्या, किंबहुना त्यातल्या चालू घटकेच्या पलीकडे तिला काही दिसतच नाही. नाहीतर आपल्या आयुष्यात ज्यांनी-ज्यांनी आपल्यावर थोडे-फार उपकार केले आहेत, त्या सर्व माणसांच्या मूर्ती तिला दिसल्या असत्या आणि कृतघ्नता हा शब्द नुसता शब्दकोशातच उरला असता!

पुंडलिकाच्या सुप्रसिद्ध कथेचेही हेच मर्म असले पाहिजे. लहानपणी आपल्यासाठी आईबापांनी किती कष्ट सोसले असतील, याची तरुण मनाला कल्पनाच करता येत नाही. ते यौवनसुलभ उन्मादाने नाचू लागते. आपल्या या अवखळ नृत्यात अत्यंत पवित्र व कोमल भावनांचा चुराडा होत आहे, आपली पावले जाईजुईच्या राशीवर

पडत आहेत, हे त्याच्या खिजगणतीतही नसते. एकदा ते कळले, की मग मातापितरांचे महत्त्व परब्रह्मापेक्षाही अधिक वाटू लागते. स्वत:च्या रंगात रंगून जाणाऱ्या असल्या तरुण मनाचा विचार करू लागलो, की कुठेतरी वाचलेला एक चुटका मला चटकन आठवतो! देवळाचा पाया आणि त्याचा कळस यांची गोष्ट आहे ती! अगदी दुरूनही भक्त आपल्याला नमस्कार करतात, म्हणून तो कळस अभिमानाने फुगून जातो. त्या धुंदीत 'तुझ्याकडे कुणी ढुंकूनही पाहत नाही' म्हणून तो पायाला हिणवतो. हे अपमानाचे शब्द ऐकताच पाया रागाने थरथर कापू लागतो; पण त्याच्याबरोबर आपणही कोसळून पडणार, असे वाटताच कळस त्याला शरण जातो.

मला वाटते– आयुष्यात आपलीही अशीच स्थिती होते. आई-बाप, बहीण - भाऊ, मित्र-स्नेही, मुले-बाळे, इत्यादिकांची खरीखुरी किंमत आपल्याला क्वचितच कळते. त्यांच्या प्रेमाच्या ओलाव्यावर आपली जीवनलता फुलत असते, हे आपल्या लक्षातच येत नाही. लहानसहान गोष्टी आपल्या मनासारख्या झाल्या नाहीत, की आपण त्यांच्यावर रागावतो, त्यांना तुच्छ लेखतो आणि त्यांच्यावाचून आपले जीवन नीरस होईल, हेही विसरून जातो. अशावेळी एखादा चमत्कार होऊन ज्या व्यक्तीवर आपण रागावलो आहो, तिने आपल्यावर केलेल्या उपकारांचा चित्रपट डोळ्यांपुढून जाऊ लागला, तर–

असा चमत्कार होणे काही अशक्य नाही. मी जे पुस्तक वाचीत होतो, त्याच्या लेखकाने ज्या दृष्टीने आभारांची नोंद केली आहे, त्या दृष्टीने आपण आपल्या आयुष्याकडे पाहू लागलो, तर जगातले निम्मे दु:ख हा-हा म्हणता नाहीसे होईल.

–आणि म्हणून मला वाटते– डायरी ठेवण्यापेक्षा लहानपणापासून प्रत्येकाने एक आभाराचे पुस्तक ठेवायला शिकावे. आपल्यावर निरपेक्ष प्रेम करणारांची नोंद या पुस्तकात न चुकता त्याने ठेवावी. मी असले पुस्तक ठेवले असते, तर– त्या पुस्तकावरून ओझरती नजर टाकताच आयुष्याच्या हिशेबात मीच जगाचे ऋण लागत आहे, अशी माझी खात्री झाली असती!

आणखी एक विचार मनात येतो अशावेळी! मी असले पुस्तक ठेवले नाही, म्हणून जगाचे काही फारसे बिघडले नाही, पण हिटलरला मात्र ही सवय कुणीतरी लहानपणापासून लावायला हवी होती. अशी सवय त्याला लागली असती, तर वर्षानुवर्षे दररोज सकाळी महायुद्धाची भयंकर वर्णने वाचण्याचा प्रसंगच आपल्यावर आला नसता!

◆

मित्र कसे मिळवावेत?

रामभाऊच्या खोलीत मी पाऊल टाकले मात्र– माझा अगदी दगडी पुतळा झाला!

अपघातांच्या व अत्याचारांच्या भयंकर बातम्या रोज रोज वाचणाऱ्या माझ्या वाचकमित्रांच्या डोळ्यांपुढे भलतीच कल्पनाचित्रे तरळू लागतील! म्हणून आधीच सांगून टाकतो, की रामभाऊ बिछान्यावर निपचित पडलेला असून, त्याच्या उशाजवळ तळाशी काळसर चोथा असलेला पेला पडला होता, असले काही दृश्य त्या खोलीत बिलकूल नव्हते. 'वस्तरा', 'रक्ताचे थारोळे', वगैरे वगैरे शब्दांनी डोळ्यांपुढे उभ्या राहणाऱ्या भयानक चित्राचाही माझ्या आश्चर्याशी संबंध नव्हता. मी चकित होण्याचे कारण दुसरेच होते : रामभाऊ एक पुस्तक वाचत पडला होता.

आपल्या मनाने प्रत्येक व्यक्तीचे एका विशिष्ट बैठकीचे चित्र काढून ठेवलेले असते. बुद्ध हा शब्द उच्चारला, की माझ्या डोळ्यांपुढे गंभीर ध्यानस्थ मूर्तीच उभी राहते. जगातल्या विलक्षण दुःखाची पहिली तीव्र जाणीव झाली, त्यावेळचा गोंधळून गेलेला सिद्धार्थ काही केल्या मला डोळ्यांपुढे उभा करता येत नाही. गांधीजींची आठवण झाली, की दांडीयात्रेच्या दिव्य दृश्यातली किंचित वाकलेली, पण आपल्या हातातल्या काठीने धरित्रीला वाकविणारी महात्माजींची कृश शरीरयष्टी माझ्या पुढून जात आहे, असा मला भास होतो. गांधीजी चरखा चालवीत आहेत, अशी अनेक छायाचित्रे मी पाहिली असतील, पण त्यातले एकही माझी कल्पना मूर्तिमंत उभे करू शकत नाही.

मानसशास्त्र या कोड्याचा उलगडा कोणत्याही रीतीने करो, पण रामभाऊचा आणि माझा अनेक वर्षे परिचय असूनही त्याचे नाव घेतले, की माझ्या डोळ्यांपुढे पत्त्यांत गुंगून गेलेला एक साधाभोळा कारकून दिसू लागतो. त्याच्या खोलीत मी पाऊल टाकले, तेव्हा आत दुसरे कोणी नाही, हे मला ठाऊक होते; पण त्याबरोबरच आत रामभाऊ एकटाच खेळत बसला असला पाहिजे, अशीही मनाची बालंबाल खात्री होती.

पण खात्रीचा हा दगडी बंगला एकदम पत्त्याचा ठरला! रामभाऊची स्वारी आरामखुर्चीत पडली होती खरी; पण ती नुसती डोळे मिटून नाही, तर एक पुस्तक वाचीत! तो पुस्तकात इतका गुंग होऊन गेला होता, की मी आत आलो हे त्याला कळलेसुद्धा नाही.

मी थक्कच झालो. रामभाऊची जन्मात एखाद्या पुस्तकाशी इतकी भयंकर दोस्ती होईल, असे त्याच्या मित्रांपैकी कुणालाही स्वप्नसुद्धा पडले नव्हते. एखादी चांगली कादंबरी वाचायला दिली, तरी तो ती वरवर चाळून म्हणे,

'आपल्याला नाही बुवा असल्या भाकडकथा आवडत! एका तरुणीचे एका तरुणाशी सूत जुळते, हे दाखवायला चारचारशे पाने खरडण्याची काय जरुरी आहे? आम्ही राजाराणीचे लग्नसुद्धा पाच मिनिटांत जुळवितो!'

अशा या शुक्राचार्यांच्या तपश्चर्येचा भंग कोणत्या रंभेने केला, हे पाहण्यासाठी मी मांजराच्या पावलांनी पुढे झालो. पाहिले तो रामभाऊची विलक्षण समाधी लागली आहे!

मी हळूच खोकलो! थोडासा खाकरलोही. शिंकलोसुद्धा असतो; पण खोकल्याइतकी शिंक हुकमी नसल्यामुळे माझा नाइलाज झाला.

रामभाऊने पापणीसुद्धा वर केली नाही. माझ्या मनात आले– माकडखोकल्यानेसुद्धा रामभाऊच्या या रंगाचा भंग होणे शक्य दिसत नाही.

मी मोठ्याने प्रश्न केला,

"काय रामभाऊ, कसलं वाचन चाललंय?"

मान वर न करताच रामभाऊने उत्तर दिले,

"काय सुंदर पुस्तक आहे! दहा लाखांवर खपलंय्, ते काही उगीच नाही!" दहा लाखांवर खप झालेले पुस्तक! कुठची तरी अतिशय लोकप्रिय इंग्रजी कादंबरी रामभाऊच्या हाताला चुकून लागली असावी, अशी माझी खात्री झाली. अभाग्याच्या घरी आलेल्या या कामधेनूचे नाव–

मी प्रश्न केला,

"कुणाची, रे, कादंबरी वाचतोयस?"

"कादंबरी?" एवढा शब्द उच्चारून रामभाऊ आपला हसत सुटला. हसत हसतच तो म्हणाला, "रात्री तीन वाजता हे पुस्तक संपवून निजलो; पण उठल्याबरोबर पुन्हा त्याची आठवण झाली. चहा घेऊन जो वाचायला बसलो..."

रामभाऊला एका पुस्तकाने इतके वेड लावावे? विश्वामित्राला मोहिनी घालायला मेनकेलाच स्वर्गातून खाली उतरावे लागले होते. या पुस्तकातही तसेच विलक्षण सौंदर्य असले पाहिजे. नाहीतर आमचा हा बिझिक-सम्राट–

मी उत्सुकतेने रामभाऊच्या हातातले पुस्तक काढून घेऊन त्याचे नाव पाहिले–

"How to win friends and influence people?"

आता हसण्याचा हक्क माझा होता. मी रामभाऊची थट्टा करण्याकरिता म्हटले,

"भले महाराज! ब्रह्मचाऱ्याने शूर्पणखेवर भाळावे, तसला प्रकार दिसतोय हा! काय पण पुस्तक शोधून काढलंस? 'मित्र कसे मिळवावेत?' अरे बाबा, मित्र म्हणजे काय मंडईतली भाजी आहे होय? आग्ऱ्याच्या प्रवासाचं पुस्तक वाचून काही ताजमहाल पाहायला मिळत नाही कुणाला!"

आपल्या दैवताची थट्टा कुठला भगत सहन करू शकेल? रामभाऊ रागानेच म्हणाला,

"हे पाहा, पुस्तक वाचल्याशिवाय उगीच अद्वातद्वा टीका करण्यात काय अर्थ आहे? रामदासांनीच म्हटलं आहे, की... ते जाऊ द्या. आधी याची पाच-दहा पाने तरी वाच नि मग."

रामभाऊने मला पंचाहत्तरावे पृष्ठ काढून दिले नि चहा सांगण्याकरिता तो घरात निघून गेला.

मी वाचू लागलो. प्रकरणाच्या आरंभीच लिहिले होते : 'लोकप्रिय होण्याचे सहा मार्ग!'

मी हसत-हसत मनात म्हटले–

'जिथे शेकडा नव्याण्णव लोकांना एकसुद्धा मार्ग सापडत नाही, तिथे हा लेखक सहा मार्ग दाखवायला तयार आहे! चैन आहे म्हणायची! आंधळा मागतो एक डोळा नि देव देतो सहा, अशातला मामला दिसतोय हा!'

मी ते प्रकरण वाचू लागलो. लेखकाने आरंभीच लोकप्रियता मिळविण्याकरिता एक गुरू करणे आवश्यक आहे, असे प्रतिपादन केले आहे. तो गुरू म्हणजे कुत्रा! लेखकमहाशय पुढे म्हणत होते,

'कुत्र्याचे प्रेम किती निरपेक्ष असते! त्याला काही तुमच्याशी किफायतशीर सौदा करायचा नसतो किंवा तुमच्याशी लग्नही लावायचे नसते!'

नेपोलियनसारखा मनुष्य मित्राला का महाग झाला, थर्स्टन नावाचा जादूगार आपले खेळ सुरू करण्यापूर्वी 'हे सारे प्रेक्षक माझे मित्र आहेत... माझं यांच्यावर प्रेम आहे' ही वाक्ये स्वत:शीच का घोकीत असे, मित्रांचे वाढदिवस डायरीत टिपून ठेवून त्या दिवशी त्यांना आनंददर्शक तारा पाठविण्याने स्नेहाला गाढ स्वरूप कसे येते, मागच्या महायुद्धात कैसरचा पराभव होऊन जीव बचावण्यासाठी त्याला हॉलंडमध्ये जावे लागले असताना एका लहान मुलाने त्याला एक गोड पत्र कसे लिहिले आणि या पत्राचा परिणाम कैसरचे त्या मुलाच्या विधवा आईशी लग्न होण्यात कसा झाला, इत्यादी गोष्टी लेखकाने या प्रकरणात मोठ्या चटकदार रीतीने निवेदन केल्या होत्या.

मात्र ग्यानबाची मेख पुढेच होती! प्रकरणाच्या शेवटी प्रख्यात मानसशास्त्रज्ञ

ॲडलर याच्या आधाराने त्याने एक उपदेशपर छोटे वाक्य लिहिले होते : ‘Become genuinely interested in other people.’ लोकप्रिय होण्याचा मार्ग एकच आहे– ‘दुसऱ्या लोकांकडे लक्ष द्या– आपल्या भोवतालच्या माणसांशी समरस व्हा– मित्रांच्या जीवनात मिसळून जा–’

यातले प्रत्येक वाक्य सांगायला सोपे आहे; पण आचरणात आणायला?

हे पुस्तक काल रात्री अधाशीपणाने वाचून पुन्हा सकाळी ते अगदी तन्मयतेने वाचणाऱ्या रामभाऊचे मला हसू येऊ लागले.

माझ्यातला टीकाकार पुरा जागा झाला! तो म्हणत होता– ‘पोहण्यावरली पुस्तके वाचून कुणी कधी पोहायला शिकला आहे का? त्यासाठी पाण्यातच उतरावे लागते नि प्रसंगी गटांगळ्याही खाव्या लागतात. पाकशास्त्र वाचून सुगरण झालेली एकतरी बाई तुम्ही आम्ही पाहिली आहे काय? चांगला स्वयंपाक करणाऱ्या माणसांनी आपले हात आधी अनेकदा चुलीपाशी भाजून घेतलेले असतात! काही झाले तरी पुस्तके ही जीवनाची तुटक नि अंधुक प्रतिबिंबे असतात. ती माणसाला काय शिकविणार! स्वत:चे कसलेही प्रतिबिंब पाहण्यात माणसाला आनंद वाटतो, म्हणून जगात आरसे आणि पुस्तके खपतात, एवढेच!’

रामभाऊने आणलेला चहा घेता-घेता माझी दृष्टी पुस्तकाच्या मृखपृष्ठावरल्या पहिल्याच वाक्याकडे गेली. एकं, दहं, शतं– अरे बाप रे! या पुस्तकाच्या दहा लाखांवर प्रती खपल्या आहेत! ‘आजच्या काळातले ललितेतर वाङ्मयातले अत्यंत लोकप्रिय पुस्तक’ असे याच्यावर चक्क लिहिलेच आहे की!

मी मनातल्या मनात म्हणत होतो– जग हा वेड्यांचा बाजार आहे, हे वाक्य ज्याने प्रथम उच्चारले, तो जगाला सर्वांत शहाणा मनुष्य असला पाहिजे. दुनियेला कुणीतरी झुकानेवाला हवा असतो, हेच खरे! ‘सत्यनारायण केला म्हणजे संकटे टळतात’ असे सांगणारा भिक्षुक आणि असे वागले किंवा तसे वागले, म्हणजे मित्र मिळतात, असे सांगणारा लेखक या दोघांत काय अंतर आहे? दोघेही लोकांच्या भोळ्या भावनेचा; किंबहुना दुबळ्या मनोवृत्तीचा फायदा घेतात! नाही का?

आपल्याला पुष्कळ मित्र असावेत, असे कुणाला वाटत नाही? विद्येला संपत्ती म्हणण्याचा प्रघात फार जुना असला, तरी मोठे मित्रमंडळ हेच माणसाच्या आयुष्यातले खरेखुरे वैभव असते; पण जगातले कुठलेही वैभव केवळ पुस्तकी ज्ञानाने संपादन करणे शक्य आहे काय?

माझ्या हातातले पुस्तक आणि घोड्यांच्या शर्यतींच्या ‘टिप्स’ देणारे चोपडे यात काहीतरी विलक्षण साम्य आहे, असे मला वाटू लागले. दोन्हींचा खप विलक्षण होण्याचे कारण एकच– कष्टांवाचून कुठलीही गोष्ट शक्य तितक्या लवकर आणि शक्य तितकी विपुल मिळविण्याची मनुष्याची इच्छा! घोड्यावर पाच आणे लावून

एखाद्याला एखाद्या वेळी पाच रुपये मिळाले असतील; पण तेवढ्यामुळे शर्यत हा काही द्रव्यसंपादनाचा विश्वसनीय मार्ग होऊ शकत नाही. शर्यतींच्या पत्रकात दिलेल्या 'टिप्स' अनेक वेळा चुकतात, पण त्यांची लोकप्रियता काही केल्या कमी होत नाही. मित्र मिळविण्याचा राजमार्ग दाखविणारे माझ्या हातातले पुस्तक इतके खपले, याचे कारण माणसाच्या या आशाळ स्वभावातच आहे. लेखकाच्या सामर्थ्यात नाही.

चहा होताच रामभाऊ म्हणाला,

"तू हे पुस्तक एकदा वाच नि मग..."

पाहुण्याला कुणी पक्वान्नाचा आग्रह करणार नाही, इतका मी ते पुस्तक वाचलेच पाहिजे, असा रामभाऊने हट्ट धरला.

चार-दोन दिवस पुस्तक घरी ठेवायचे नि न वाचताच ते रामभाऊकडे साभार परत नेऊन द्यायचे, असा बेत करीत मी घरी आलो. रामभाऊला चिडविण्याकरिता त्यातली काही वाक्ये लक्षात ठेवली पाहिजेत, म्हणून दुसऱ्याच दिवशी सकाळी पडल्या-पडल्या मी ते चाळू लागलो–

आणि मग मात्र–

प्रवाहाबरोबर वाहत जाणाऱ्या होडीप्रमाणे मी ते झरझर वाचीत गेलो. पुस्तक संपले केव्हा, हे मला कळले नाही; पण संपले, तेव्हा मोठी चुटपुट लागली माझ्या मनाला!

काल सकाळी या पुस्तकावर खूश झाल्याबद्दल मी रामभाऊला हसलो होतो; पण आज? माझे मलाच हसू आले. भुईमुगाच्या उकडलेल्या शेंगा किंवा काजूगर खायला लागल्यावर 'आता पुरे' असे मनाला पुन:पुन्हा बजावीत माणसाचा हात समोरच्या पदार्थाकडे जातोच की नाही? या पुस्तकाच्या बाबतीत अगदी तशी स्थिती झाली होती माझी. 'एवढे प्रकरण वाचले, की बस्स!' असे म्हणत मी सबंध पुस्तकाचा फडशा पाडला होता.

तसे पाहिले, तर या पुस्तकात काही नवीन सुंदर कल्पना होत्या, नाजूक नर्म विनोद होता, मानवी स्वभावाचे सूक्ष्म चित्रण होते किंवा मनाला ओढ लावणारे एखादे बहुश्रुत मित्राच्या गप्पांपेक्षा अधिक असे काहीच नव्हते. पुस्तकाच्या शेवटी संसार सुखाचा करण्याकरिता लेखकाने ज्या अनेक युक्त्या सांगितल्या आहेत, त्या अगदी सर्वसामान्य मनुष्याला माहीत असलेल्या अशाच होत्या.

याबाबतीत लेखकाने पुरुषांना उपदेश केला होता– स्त्रीला आपण सुंदर दिसावे व लोकांनी त्या सौंदर्याची प्रशंसा करावी, अशी फार इच्छा असते. एका अठ्ठ्याण्णव वर्षांच्या पणजीबाईला तिचा लहानपणीचा फोटो दाखविला, तेव्हा दृष्टी मंद असल्यामुळे तिने जे पहिले वाक्य उच्चारले, ते हे होते– 'या फोटोत माझा पोशाख कसा आहे,

तो सांगा ना?' जी गोष्ट वेशभूषेची, तीच पाककौशल्याची! रशियामध्ये मेजवानी संपल्यावर स्वयंपाक्याला दिवाणखान्यात आणून पाहुण्यांनी त्याचे अभिनंदन करण्याची पद्धत होती, ती काही उगीच नाही. प्रत्येक नवऱ्याने या दोन्ही बाबतींत बायकोची वेळोवेळी स्तुती केली, की संसारातले दुःखाचे काटे बोथट होतात आणि सुखाच्या कळ्या भराभर फुलू लागतात.

पुस्तक वाचताना मनातल्या मनात मी या मजकुराची थट्टाच केली होती; पण पुस्तक संपल्यावर मला वाटू लागले– लेखकाने सांगितलेल्या या गोष्टी अगदी साध्या असतील! पण त्या सत्य आहेत ना? आपल्या आजच्या जीवनात या साध्या सत्यांचाच अभाव आहे ना? म्हणूनच त्या सांगणे– कुणालाही सहज पटतील, अशा रीतीने त्या सांगणे– अत्यंत आवश्यक आहे. हे पुस्तक इतके लोकप्रिय झाले, याचे कारण हेच असले पाहिजे.

आपल्यापैकी प्रत्येकाला खूपखूप मित्र हवे असतात. त्या मित्राचे नि आपले कधीही वितुष्ट येऊ नये, असे आपल्याला वाटत असते. आपण आणि आपली पत्नी यांच्या हृदयाच्या तारा नेहमी जुळून त्यांच्या नादलहरींवर संसारनौका तरंगत राहावी, अशी उत्कट इच्छा पदोपदी आपल्या मनात निर्माण होते; पण प्रत्यक्षातल्या अनुभवाचे मात्र या आशा, इच्छा आणि अपेक्षा यांच्याशी कधीच जुळत नाही. पाच–दहा वर्षांची जुनी मैत्री एखाद्या क्षुल्लक कारणाने मोडते, आपल्या आयुष्यातल्या सुखाच्या साखरेत कुणीतरी आधीच मीठ मिसळून ठेवले आहे, असा अनुभव येतो आणि आपण व आपली पत्नी यांच्यात प्रेमकलहाऐवजी कलहप्रेमच अधिक आहे, ही गोष्ट शेजाऱ्यापाजाऱ्यांनासुद्धा हळूहळू कळून चुकते.

पायात काट्याचे लहानसे टोक मोडावे, पण तेवढ्याने मनुष्य अस्वस्थ होऊन जावा, तशी या बारीकसारीक सांसारिक दुःखांनी आपल्या मनाची स्थिती होऊन जाते. भला मोठा विंचू चावला, तर मनुष्याला मोठ्याने रडता येते. इतर माणसेही त्याला सहानुभूती दाखवितात; पण पदोपदी असमाधान निर्माण करणाऱ्या क्षुल्लक गोष्टी या विंचवासारख्या नसतात. त्यांना ढेकणांचीच उपमा शोभेल. ढेकूण माणसाला सळो की पळो करून सोडतात; पण त्या दुर्दैवी मनुष्याला आपले हे दुःख दुसऱ्याला सांगतासुद्धा येत नाही किंवा रडून व्यक्तही करता येत नाही. मित्र तुटत जाणे, साध्या व्यवहारात फसगत होणे, घरात उगीच बखेडे माजणे ही सारी दुःखे याच प्रकारची असतात. या दुःखांवर एखादा उपाय मिळाला, तर तो प्रत्येकाला हवा असतो. 'मित्र कसे मिळवावेत?' या कार्नेजीच्या पुस्तकाचा प्रचंड खप झाला, याचे कारण त्यात सामान्य मनुष्याच्या या अतिसामान्य दुःखाचा त्याने सहानुभूतीने विचार केला आहे. इतकेच नव्हे, तर वैद्य जसा रोग्याला पथ्य सांगतो, त्याप्रमाणे त्याने अनेक मानसिक पथ्येही आपल्या वाचकांना सांगितली आहेत.

पण ही पथ्ये सामान्य माणसांना पाळता येतील किंवा काय, अशी शंका अनेकांच्या मनात येईल– माझ्याही मनात ती आलीच होती. तिचे निरसन कार्नेजीने कुठेच केलेले नाही! पण या पुस्तकाची अर्पणपत्रिका वाचली, की त्याही बाबतीत आशावादी राहायला काही हरकत नाही, असे मला वाटते. लेखकाने आपले हे पुस्तक होमर क्रॉय नावाच्या तुम्हा-आम्हाला ठाऊक नसलेल्या एका मनुष्याला अर्पण केले आहे. या आपल्या स्नेह्याचे वर्णन लेखकाने एकाच वाक्यात केले आहे–

'ज्याला हे पुस्तक वाचण्याची मुळीच जरुरी नाही, त्या प्रिय मित्रास.'

◆

अश्रू

"चित्रपट फार चांगला आहे. पण..."

मनुष्य हा स्वभावत: कवी नसून टीकाकार आहे, या वाक्याची आठवण होऊन मी स्वत:शीच हसलो. एखादी गोष्ट कितीही आवडली, तरी तिच्यात काही ना काही दोष दाखविल्याखेरीज माणसाला चैनच पडत नाही जणू काही! नाहीतर चित्रपट फार चांगला आहे, एवढेच बोलून माझा मित्र गप्प बसला नसता का?

मी काहीच बोलत नाही, असे पाहून तो म्हणाला,

"या चित्रपटातले दोन–तीन सीन कापायला हवे होते!"

सदरहू चित्रपटात प्रेमाची रंगपंचमी भडक रंगांनी साजरी केली असावी, असा संशय येऊन मी विचारले,

"अश्लीलबिश्लील काही?–"

"छे, रे! कृष्णराव मराठेसुद्धा तक्रार करणार नाहीत, इतका सोवळा चित्रपट आहे हा! पण..."

सामान्य मनुष्याचा 'पण' शब्द जुन्या काळच्या स्वयंवरातल्या 'पणा'इतकाच त्रासदायक असतो, या उक्तीचा अनुभव प्रत्येकाला दररोज पंचवीस वेळा तरी येतोच. त्या अनुभवाची आजची माझी सव्विसावी वेळ असल्यामुळे मी उतावळेपणाने म्हटले,

"कुठली दृश्यं कापायला हवीत, ते सांगा ना!"

"हा चित्रपट पाहताना दोन-तीन ठिकाणी अगदी रडायला येतं बघ. अरे, मी एवढा पुरुषासारखा पुरुष, पण माझ्या डोळ्यांतसुद्धा अश्रू उभे राहिले! मग बायकांची गोष्ट तर विचारूच नकोस. त्यांच्याजवळ हातरुमालांऐवजी टॉवेल असते, तर तेसुद्धा ओलेचिंब झाले असते! लोक पैसे देऊन चित्रपट पाहायला येतात, ते काय रडण्याकरिता?"

या मित्राशी वाद घालण्यात काहीच अर्थ नव्हता. स्वत:च्या मताला जळूप्रमाणे चिकटून राहायची त्याच्या स्वभावाची खोड मला पुरी ठाऊक होती, म्हणून मी

त्याला म्हटले,

"मग हा चित्रपट पाहायलाच हवा मला!"

त्याने उत्तरादाखल नुसती मान उडविली. 'तू रडवा आहेस, तेव्हा तुला असले रडके चित्रपटच आवडायचे!' एवढा अर्थ त्याच्या मानेच्या त्या लहानशा झटक्यात भरला होता.

माझ्या या मित्राप्रमाणेच अश्रूंविषयी बहुतेकांचे प्रतिकूल मत असते, असा माझा अनुभव आहे. या लोकांना अश्रूंची बाँबगोळ्याहूनही अधिक भीती वाटते! करुणरसाने भरलेली एखादी कादंबरी वाचायची म्हटले, की यांच्या कपाळाला आठ्या पडल्याच म्हणून समजावे. आयुष्य हे गीत आहे, जीवन हे नृत्य आहे, इत्यादी सुभाषिते या लोकांच्या जिभेवर नेहमी नाचत असतात. जीवनाची कल्पना चित्राच्या रूपाने व्यक्त करायला त्यांना सांगितले, तर 'ऊठ, साकी, दे भरोनी वारुणीचा एक प्याला' हे गीत गाणाऱ्या उमरखय्यामचीच मूर्ती ते चितारतील. त्यांच्या कोशात अश्रू म्हणजे दुःख आणि हास्य म्हणजे सुख, एवढेच अर्थ दिलेले असतात. त्यामुळे समुद्रकिनाऱ्यावरले लहान लहान खेकडे कसलाही आवाज झाला, की जशी वाळूतल्या बिळाकडे चटकन धाव घेतात, त्याप्रमाणे कुठेही अश्रू दिसले, की सदान्‌कदा आनंदाचा पाठलाग करणारी ही मंडळी त्याच्याकडे त्वरेने पाठ फिरवतात.

या स्वप्नाळूपणाचे राहून राहून मला हसू येते! आयुष्य हे गीत आहे, नाही कोण म्हणतो? पण ते जसे रडगाणे नाही, तशी निव्वळ शृंगाराने भरलेली उन्मादक लावणीही नाही ती! आणि जीवनाची नृत्याशी तुलना करायचा या सुखलोलुप मंडळींचा अट्टहासच असला, तर मी त्यांना म्हणेन :

'जीवन हे नृत्य आहे असे तुम्ही म्हणता. कबूल ! पण ते नृत्य नर्तिकेचे नाही; शंकराचे आहे! जीवन हे तांडवनृत्य आहे!'

क्रॉम्वेल मोठा पराक्रमी पुरुष होता, पण त्याचे रूप यथातथाच होते. तथापि, त्याने आपली छबी काढणाऱ्या चित्रकाराला बजावून सांगितले, 'मी जसा आहे, तसेच माझे चित्र काढ.' मानवी जीवनही कलावंतापाशी हीच मागणी करीत असते; पण अशा चित्रणात करुणरसाचे प्रसंग आले, की माझ्या मित्रासारखे दुबळे जीव डोळे झाकून घेतात आणि ओरडतात,

'छे:! हे अगदी असह्य आहे, बुवा! रडून रडून आमचे डोळे सुजतात ना! आम्ही पैसे देऊन चित्रपट पाहतो नि कादंबऱ्या विकत घेतो, ते काय लहान पोरांसारखं रडत बसायला?'

असले उद्‌गार ऐकले, की मला पर्जन्यवृष्टीच्या दृश्याची आठवण होते. पावसाळ्यात आभाळ अंधारून येते. दिव्याभोवती जाड कागद गुंडाळल्यावर त्याचा

उजेड जसा अगदी अंधूक होतो, तशी सूर्यप्रकाशाची स्थिती होते. शाळेत इन्स्पेक्टरांनी पाऊल टाकले, की मुले आपापल्या वर्गात गुपचूप बसतात ना? पाखरेही झाडावर किंवा घराच्या आडोशाला तशीच गप्प बसलेली दिसतात. चौखूर उधळलेल्या घोड्याप्रमाणे वारा सैरावैरा धावत असतो. घराच्या खिडक्या आणि दारे धडाधड आपटू लागतात. जणू काही बेफाम धावणाऱ्या घोड्याच्या टापांचा खडखडाटच आपल्या कानांवर पडत आहे, असे वाटते.

अशावेळी प्रौढ माणसे खिडक्या नि दारे लावून घेऊ पाहतात. बाहेरच्या दृश्यात काहीच मौज वाटत नाही, पण मुले मात्र पावसाचे स्वागत करण्याकरिता घराबाहेर धाव घेतात. 'ये रे ये रे पावसा' हे स्वागतगीत गाऊ लागतात. कुठल्याही फाटक्यातुटक्या कागदांच्या होड्या करतात आणि पावसाचे टपोरे थेंब अंगावर पडू लागले, की जणू आपल्यावर पुष्पवृष्टी होत आहे, अशा आनंदाने नर्तनात दंग होतात.

अन्नाच्या दृष्टीने पर्जन्याचे जेवढे महत्त्व, तेवढेच आत्मविकासाच्या दृष्टीने अश्रूंचे आहे; पण पाऊस म्हणजे चिखल, गार वारा आणि ओल्याचिंब छत्र्या यापलीकडे जशी प्रौढांच्या दुबळ्या झालेल्या मनांची मजल जात नाही, त्याप्रमाणे अश्रू म्हणजे दुःख, ओलेचिंब झालेले हातरुमाल आणि सुजलेले डोळे यापलीकडे आत्मनिष्ठ माणसाची कल्पना धावतच नाही.

पण अश्रू म्हणजे दुःख या कल्पनेत सत्याचा कितीसा भाग आहे? आज आपल्या आयुष्याचे सिंहावलोकन केले, तर प्रत्येकाला एक गोष्ट आठवून येईल. आपल्या गत आयुष्यातल्या अनेक आनंददायक प्रसंगांचा अश्रूंशीच निकट संबंध आहे.

लहानपणी मला पेढे आवडत. मी वडिलांपाशी हट्ट धरून ते कितीदा खाल्ले असतील, याची गणतीच करता येणार नाही. त्या प्रसंगांपैकी एकही मला आता आठवत नाही. मी तापाने फणफणत असताना डॉक्टरांच्या औषधानेसुद्धा मला जो आराम वाटला नव्हता, तो वडिलांच्या डोळ्यांतल्या अश्रूंनी निर्माण केला होता, ही आठवण मी कधी विसरणार नाही. गुलबकावलीपासून कालिकामूर्तीपर्यंत शेकडो कथा मी बाळपणी आवडीने वाचल्या होत्या, भोळ्या बाळूच्या संगतीत तर मी खदखदा हसलो होतो. पण लहानपणच्या त्या अधाशी वाचनापैकी एकच गोष्ट जणूकाही काल घडली, असे मला अद्यापि वाटते.

बाहेर मध्यरात्रीचा काळोख पसरला आहे, घरातली सर्व माणसे गाढ झोपली आहेत. मी अंथरुणावर 'गड आला; पण सिंह गेला' वाचीत पडलो आहे. एवढे प्रकरण झाले, की दिवा मालवायचा नि झोपी जायचे, असा मी मनातल्या मनात निश्चय करीत आहे; पण उन्हाळ्यात प्रशस्त विहिरीत पोहताना 'आता पुरे' असे कधी

मनाला वाटते का? अश्विनकार्तिकातल्या चांदण्यात फिरताना 'बस्स' हा उद्‌गार कधी कुणाच्या तोंडून निघाला आहे का? हरिभाऊंची ती कादंबरी वाचताना माझी स्थितीही तशीच झाली आहे. शेवटी कादंबरी संपते. शेल्याने आच्छादलेले तानाजीचे शव पाहून शिवाजीमहाराजांच्या डोळ्यांत उभे राहिलेले अश्रू माझ्याही डोळ्यांतून पाझरू लागतात.

तो क्षण मी कधीही विसरणार नाही. अश्रूंचे पावित्र्य त्या क्षणी मला पटले. अश्रूंच्या उदात्तत्वाची त्या एका पळात मला प्रचीती आली. असल्या अश्रूंची माळ, हाच आत्मनिष्ठ मनुष्याला जगाशी बांधणारा प्रेमपाश आहे, याची अंधूक जाणीव त्या क्षणी मला झाली.

–आणि ती जाणीव गेल्या तीस वर्षांतल्या विविध अनुभवांनी एकसारखी वाढतच आहे. मात्र या अनुभवांनी शिकविलेली एक गोष्ट मी विसरू शकत नाही. मित्रांप्रमाणे अश्रूंतही अनेक प्रकार असतात. काही अश्रू स्वार्थी असतात; काही अश्रू दुबळे असतात. असल्या अश्रूंनी आत्म्याचा विकास होत नाही. आता जिंकावयाला जग उरले नाही, म्हणून सिकंदर ढळढळा रडला असे सांगतात; पण त्या दिग्विजयी वीराच्या अश्रूंपेक्षा हिंगण्याच्या शाळेतल्या एका शिक्षकाचे अश्रू मला अधिक मोलाचे वाटतात.

रागिणीकार वामनराव जोश्यांची त्यांच्या एका विद्यार्थिनीने सांगितलेली आठवण आहे ही :

"मॅट्रिकच्या वर्गामधला शेवटचा दिवस. शेवटची प्रार्थना. प्रार्थना संपली. वामनराव विद्यार्थिनींना निरोप देताना म्हणाले, 'मुलींनो, मी तुम्हाला पुष्कळ बोललो असेन, पण ते सारं तुमच्या बऱ्याकरिताच होतं. आता तुम्ही येथून दूर जाणार. जिथं जाल, तिथं सुखी असा, हाच माझा तुम्हाला आशीर्वाद.' हे बोलता-बोलता त्यांच्या डोळ्यांत अश्रू उभे राहिले."

असल्या अश्रूंनीच आजपर्यंत जगातल्या मानवतेचे पोषण केले आहे. बुद्धापासून गांधींपर्यंत अनेक महात्म्यांनी गाळलेल्या अश्रूंमुळेच पाशवी मनोवृत्तीच्या वणव्यात जळणाऱ्या जगाचा अद्यापिही माणुसकीवरील विश्वास उडून गेलेला नाही आणि म्हणूनच माझे अत्यंत आवडते कवीसुद्धा अश्रूंची फुलांशी तुलना करू लागतात, तेव्हा चित्रपटातले करुणरसाचे प्रसंग कापून टाकण्याची सूचना करणाऱ्या माझ्या मित्राइतकेच तेही जीवनाचे अज्ञान प्रकट करतात, असे मला वाटते. हास्य हे जीवनवृक्षाचे फूल आहे; पण अश्रू हे त्याचे फळ आहे.

◆

टॉलस्टॉयची पुस्तके

ट्रंक पुस्तकांनी अगदी भरून गेली, तरी माझा पुतण्या कपाटातली पुस्तके काढीतच होता. चॉकलेटच्या बरणीत हात घालून मूठ भरून घेतली, तरी लहान मुलांचे मन अतृप्तच राहते ना? अगदी तश्शी त्याची स्थिती झाली होती. मी मनात म्हटलेसुद्धा– माणूस हा अधाशी प्राणी आहे हेच खरे! थोडक्यात त्याला कधीच गोडी वाटत नाही. मग ते पेढे असोत, पुस्तके असोत, नाहीतर पैसे असोत! 'पुरे' हा शब्द आयुष्यात त्याच्या तोंडून बाहेर पडणे कठीण!

त्याचा हा पुस्तकांचा सोस पाहून मी थट्टेने म्हटले,

"गोल्डस्मिथच्या कादंबरीतल्या त्या चित्रासारखी तुझ्या ट्रंकेची स्थिती होईल हं!"

थट्टा ही गुदगुल्यांसारखी असते, पण बधिर शरीराला गुदगुल्या कळतच नाहीत. त्याचेही तसेच झाले. परडीतल्या पुष्पांच्या राशीकडे पाहून भान विसरणाऱ्या भक्ताप्रमाणे त्याची स्थिती झाली होती. पुस्तकापलीकडे त्याला दुसरे काही दिसतच नव्हते. मी पुन्हा म्हणालो,

"त्या कादंबरीतले ते चित्र एवढं मोठं असतं, की दरवाजातून ते घरात जाऊच शकत नाही. तुझीही अशीच पंचाईत होईल वाटेत. एका मोटारीतून दुसऱ्या मोटारीत ही जड ट्रंक टाकावयाची म्हणजे चांगला पहिलवानच हवा या कामाला! हमालाला ही उचलेनाशी झाली, की ती हलकी करण्याकरिता तुला एक-एक पुस्तक काढून बाहेर फेकून द्यावं लागेल. तसा तो प्रसंग येण्यापेक्षा थोडी कमी पुस्तके नेलीस, म्हणून काय बिघडणार आहे?"

तो हसला. मला वाटले– माझा उपदेश त्याला पटला; पण कपाटातल्या वरच्या कप्प्यातील ओळीने पंधरा–वीस पुस्तकांकडे पाहत तो म्हणाला,

'टॉलस्टॉय फार चांगला आहे! नाही का?'

टॉलस्टॉयला पळविण्याचा त्याचा विचार उघडउघड दिसत होता; पण तो पार पडू नये, म्हणून या बोटाची थुंकी त्या बोटावर करून त्याच्या वाङ्मयाची यथेच्छ

निंदा करायला मी काही एखाद्या साप्ताहिकाचा संपादक किंवा उपसंपादक नव्हतो.

मी म्हटले,

"प्रत्येक तरुणानं टॉलस्टॉयला अवश्य वाचला पाहिजे!"

पडत्या फळाची आज्ञा घेऊन त्याने टॉलस्टॉयची सारी पुस्तके कपाटातून खाली काढली. त्यातली एक-दोन सहज चाळीत मी म्हणालो,

"ही सारीच कशाला घेऊन जातोस?"

"एखादा लेखक संपूर्ण वाचण्यात मोठी मौज असते! एखाद्या गवयाच्या निरनिराळ्या रागांतल्या चिजा ऐकताना जसा आनंद होतो–"

तो म्हणाला ते काही खोटे नव्हते. नदीत मधून-मधून डुंबण्यापेक्षा पोहून पैलतीर गाठण्यात काहीतरी विशेष आहे, हे कोण नाकबूल करील?

पण–

मी त्याला म्हटले,

"मधून-मधून मलासुद्धा टॉलस्टॉय वाचण्याची लहर येते. ही सारीच पुस्तके तू नेलीस, तर–"

त्याने निम्मी पुस्तके ट्रंकेत घातली व निम्मी परत कपाटात ठेवली.

हा हा म्हणता या गोष्टीला तीन महिने होऊन गेले. कपाटात कुठेशी कसर दिसली. म्हणून मी सारी पुस्तके झाडून ती परत ठेवू लागलो. मधेच टॉलस्टॉयची ती पुस्तके माझ्या हाताला लागली. ती चाळता-चाळता माझ्या मनात आले– उगीच ठेवून घेतली ही आपण! गेल्या तीन महिन्यांत या पुस्तकातले अक्षरसुद्धा वाचले नाही आपण. त्या दिवशी राजारामला ही नेऊ दिली असती, तर त्याने एव्हाना वाचून पुरीसुद्धा केली असती!

गव्हाणीतल्या कुत्र्याची गोष्ट मला आठवली. त्याला स्वतःला गवत नको होते; पण ते खायला येणाऱ्या बैलाच्या अंगावर धावून जाण्यात मात्र त्याला पुरुषार्थ वाटत होता. मी मनात म्हटले– अगदी अंतरंगात मनुष्यप्राणीसुद्धा त्या कुत्र्याइतकाच मूर्ख आहे! ज्यांचा स्वतःला उपयोग नाही, त्या गोष्टींचा लोभ काही त्याला सोडवत नाही. 'माणसाला किती जमीन लागते,' या प्रश्नाचे उत्तर शेवटी 'जास्तीत जास्त साडेतीन हात' हेच आहे; पण सिकंदरापासून हिटलरपर्यंत जगाचा इतिहास पाहिला, तर प्रत्येक मनुष्याची धडपड मात्र पृथ्वी पादाक्रांत करण्याकरिता चालली आहे.

आणि या लोभाचा परिणाम?

मुंबईत चाळीचाळीला मधमाश्यांच्या पोळ्याचे किंवा वाळवीच्या वारुळाचे स्वरूप प्राप्त झाले असताना मलबार हिलवरले मोठमोठे बंगले रिकामे राहतात! सुंदर वस्त्रांनी शहरांतली कापड-दुकाने भरली असतानाही खेड्यांतल्या लाखो बायकांना लंगोटीवजा कापडाच्या तुकड्यावर आपल्या लज्जेचे रक्षण करावे लागते.

औषधाच्या कारखान्यांत नवनवीन औषधे निर्माण होत असताना कितीतरी गोरगरिबांवर मुकाट्याने मृत्यूच्या स्वाधीन होण्याची पाळी येते. एकेकाच्या बँकबुकात कोट्यवधी रुपये असताना एका रुपयाकरिता–चांदीच्या एका हिणकस तुकड्याकरिता–अनेक दुर्दैवी स्त्रियांना पोटचा गोळा किंवा त्याच्याइतकेच प्रिय असलेले शील यांच्यावर पाणी सोडावे लागते. मनुष्याच्या अवास्तव लोभानेच जगातली सर्व दु:खे निर्माण केली आहेत. हा विकृत लोभ मनुष्याच्या अंतर्मनात लपून बसलेला नसता, तर टॉलस्टॉयची पुस्तके ठेवून घेण्याचा मोह मला कशाला झाला असता?

संन्याशाने एका गावात तीन दिवसांपेक्षा अधिक दिवस राहू नये, दुसऱ्याकडे पुडीला जाऊनच आपला उदरनिर्वाह चालवावा, इत्यादी आपल्यातल्या जुन्या नियमांचे कारण आता माझ्या लक्षात आले. त्याग हा संन्याशाचा आत्मा आहे; पण तीन दिवसांपेक्षा एका जागी मनुष्याने अधिक काळ घालविला, की त्याला त्या स्थळाविषयी आपलेपणा वाटू लागतो. तो त्या जागेला घर म्हणू लागतो. हळुहळू ते रिकामे घर त्याच्या डोळ्यांना कसेसेच दिसू लागते. ते भरण्याकरिता तो आटोकाट प्रयत्न करतो आणि या प्रयत्नांत बाहेरच्या हजारो लोकांना आवश्यक असलेल्या गोष्टी तो आपल्या घरात आणून भरतो! शेवटी मोहरांच्या हंड्यावर बसलेल्या नागासारखी स्थिती होते त्याची!

मनुष्याचा बेछूट स्वार्थ, त्याचा राक्षसी लोभ, त्याच्या मालकी हक्काच्या विलक्षण कल्पना यांनी अगदी बेचैन करून टाकले मला. धुराने कोंदटलेल्या खोलीत पाऊल टाकल्याबरोबर जीव गुदमरून जातो ना, तश्शी माझ्या मनाची स्थिती झाली.

खाली घंटा वाजली.

मी दार उघडून पाहिले. टपाल आले होते. पोस्टमनने दिलेली पत्रे मी भरभर चाळू लागलो. माझ्या पुतण्याचेही एक पत्र होते त्यात! बहुधा त्याने ती उरलेली टॉलस्टॉयची पुस्तके मागितली असतील, असे मला वाटले. आजच्या टपालाने ती पाठवून द्यायचीच, असे मनात ठरवून मी पत्र उघडले. त्याने लिहिले होते :

'तुम्हाला राग येईल, म्हणून इतके दिवस लिहिले नाही मी! पण आज माझी मलाच लाज वाटली. अगदी राहवेना, म्हणून लिहीत आहे.

इतकी पुस्तके आणली मी इथं! पण अजून त्यातली चारसुद्धा पुरी वाचून झाली नाहीत. मला सवड होत नाही, की मी मूळचाच आळशी आहे कुणाला ठाऊक! पण कपाटात उभी असलेली ही तुमची सारी पुस्तके माझा उपहास करताहेत! कर्जदाराच्या दारात सावकारांनी धरणे धरावे, तशी ती वाटतात मला! त्यातल्या त्यात टॉलस्टॉयच्या पुस्तकांकडे नजर गेली, की अगदी ओशाळून जातो मी मनात!

तुमच्याकडून संपूर्ण टॉलस्टॉय मी आणणार होतो! आता वाटते, आणला

नाही, ते बरे झाले. मनुष्याच्या लोभात उपभोगाचा किंवा उपभोगापेक्षा स्वामित्वाचाच भाग अधिक असतो. नाहीतर तुमच्याकडून आणलेली ही टॉलस्टॉयची पुस्तके थोडीतरी वाचली नसती का? ती माझ्याकडे राहिल्यामुळे तुमची मात्र फार अडचण झाली असेल! आता तिकडे येणारा मनुष्य मिळताच ती परत पाठवून देतो.'

मला हसू आवरेना. मनुष्य आपल्यावरून जग ओळखतो, ही म्हण खरी असती, तर आग्रहाने पुस्तके नेली किंवा ठेवून घेतली, म्हणून ती काही कुणी वाचीत नाही, हे आम्हा दोघांनाही कळायला हवे होते!

पण हा आग्रह तरी मनुष्य का धरतो? ज्या गोष्टीचा उपयोग आपल्याला घेता येत नाही, ती जवळ असावी, असा अट्टहास तो का बाळगतो? मला वाटते, याचे कारण एकच आहे. आपल्याला त्या वस्तूंची जरुरी लागेल, तेव्हा ती मिळेलच, अशी त्याला खात्री वाटत नाही. मनुष्याच्या अवास्तव संग्रहबुद्धीच्या मुळाशी आजची विषम समाजरचनाच आहे. आजकाल मालकी हक्कावाचून मनुष्याला कशाचाच उपभोग मिळू शकत नाही. मग ती रेडिओवरली गाणी असोत किंवा बागेत फुललेली फुले असोत. त्याची संग्रहबुद्धी बळावत जाते, याचे कारण हेच आहे. माझा पुतण्या जिथे शिक्षक होऊन गेला होता, तिथे टॉलस्टॉयची पुस्तके आहेत नि ती हवी तेव्हा आपल्याला मिळतील, असे जर त्याला आधी कळले असते, तर ती अवजड ट्रंक अधिक जड करून नेण्याची दगदग त्याने तरी कशाला केली असती?

◆

दुसऱ्या वर्गाचा प्रवास

स्टेशनवर गेलो नि थेट पुण्याच्या तिसऱ्या वर्गाच्या डब्याकडे पाहिले मात्र! स्वतःच्या डोळ्यांवर विश्वासच बसेना माझा! एका डब्यात इतकी माणसे बसू शकतील, हे स्वप्नातसुद्धा मला खरे वाटले नसते; पण विसावे शतक हे स्वप्नात खऱ्या न वाटणाऱ्या गोष्टी सत्यसृष्टीत पाहण्याचे युग आहे, हे लक्षात आल्यावर माझे डोळे समोरचा देखावा मुकाट्याने पाहू लागले. एखाद्या पुस्तकी पंडिताने आपल्या डोक्यात कोंबलेल्या असंख्य कल्पनांप्रमाणे डब्यात दाटीवाटीने बसलेली ती माणसे दिसत होती. त्या गर्दीत शिरण्याचे माझ्या अगदी जिवावर आले. डब्याच्या दरवाजापाशी डोंगराएवढे सामान पडले होते. या पर्वताचे उल्लंघन करून आत प्रवेश मिळविला, तरी खडा पारशी किंवा कटीवर हात ठेवणारा पंढरीनाथ होण्याशिवाय गत्यंतरच नव्हते. त्या कल्पनेनेच माझ्या अंगावर काटा उभा राहिला. मी परत गेलो आणि मुकाट्याने दुसऱ्या वर्गाचे तिकीट काढले.

गाडी सुटेपर्यंत दुसऱ्या वर्गाच्या डब्याच्या खिडकीतून मोठ्या ऐटीने बाहेर डोकावून पाहत होतो. डब्यात दुसरा उतारूच नव्हता.

'I am the monarch of all I survey,
My right there is none the dispute.'

या ओळी पुनःपुन्हा आठवत होत्या. कुणीतरी ओळखीचा मनुष्य प्लॅटफॉर्मवरून जाताना 'काय, कुठं चाललात,' असा प्रश्न करी. डब्यात डोकावून पाही नि हसत हसत म्हणे, 'आज काय चैन आहे तुमची! चिटपाखरूदेखील डब्यात नाही! कोल्हापूर सुटल्यावर जी ताणून द्याल, ते घोरपडी आल्यावर उठाल!'

गाडी सुटेपर्यंत माझे मनही याच कल्पनेच्या झोपाळ्यावर बसून उंच झोके घेत होते.

पण गाडी सुटल्याबरोबर मला एक विलक्षण भास झाला– आपण आगगाडीच्या दुसऱ्या वर्गाच्या डब्यात नाही, तुरुंगातल्या अंधारकोठडीत आहोत.

मी चटकन दिव्याचे बटन लावले. अंधारात लहान मुलाला भिवविणारा

बागुलबोवा प्रकाश दिसताच पळून जातो ना? माझ्या मनातला तो विचित्र भास क्षणार्धात तसाच नाहीसा झाला.

वाचण्याकरिता बरोबर आणलेले पुस्तक मी उघडले; पण काही केल्या माझे वाचनाकडे लक्ष लागेना. दिव्याच्या मंद प्रकाशावर टीका करीत मी ते पुस्तक बाजूला ठेवले आणि समोर पाहिले. तिथल्या बर्थचे काळे आच्छादन प्रकाशात जरा चमकदार वाटत होते.

मला वाटले– हा बर्थ रिकामा नसता, तर आपल्याला अधिक आनंद झाला असता! प्रवासात माणसाला थोडीतरी सोबत हवी!

लगेच मी मनाची समजूत घातली– असा कुणी सोबती नाही, हे आपले भाग्यच म्हटले पाहिजे. दुसऱ्या वर्गाचे तिकीट देताना उतारू किती घोरतो, याबद्दल कुठलाही स्टेशनमास्तर चौकशी करू शकत नाही! आज आपल्या डब्यात येणारा मनुष्य एक नंबरचा घोरणारा निघाला नसता कशावरून? आपल्या झोपेचे खोबरे होण्याचा हा प्रसंग टळला, याबद्दल नशिबाचे आभार मानावे तेवढे थोडेच होतील!

एकलकोंडेपणामुळे मनाला कसे चुकल्या-चुकल्यासारखे होत होते. त्याची समजूत घालण्याकरिता मी हा युक्तिवाद केला खरा; पण दातांत थोडेसे काही अडकले, तरी ते निघाल्याखेरीज जसे चैन पडत नाही, तशी माझ्या मनाची स्थिती झाली होती.

मी उठलो नि 'टॉयलेटचा' दरवाजा उघडला. समोरच्या आरशातले प्रतिबिंब पाहताच माझ्या मनाला जरा बरे वाटले. जणू काही ते मनुष्याची आकृती पाहण्याकरिताच आसावले होते; पण त्या प्रतिबिंबाने उत्पन्न झालेला आनंद फार वेळ टिकला नाही. ज्याच्याशी मला बोलता येईल, माझ्या बोलण्यामुळे ज्याच्या तोंडावर काहीतरी भाव उमटतील, अशा प्रकारच्या मनुष्याची सोबत मला हवी होती.

मनातली अस्वस्थता विसरण्याकरिता मी तोंड धुण्याच्या भांड्याकडे पाहिले– त्याच्यावरच्या 'एफ. सी. एस. टी. १५०५-ए' या प्रकरणाचा अर्थ लावण्याचा खूप प्रयत्न केला आणि 'Pull handle down until water ceases' या वाक्याचे मराठी भाषांतर न देणारी रेल्वे कंपनी देशी भाषांची कशी उपेक्षा करीत आहे, याविषयी मी मनातल्या मनात अगदी छोटे, पण आवेशपूर्ण भाषणही केले.

उन्हाळ्यात थंड पेय प्याले, की घशाला ओलावा वाटतो! पण तो क्षणभरच! या उपायांनी माझीही हुबेहूब तशीच स्थिती झाली.

मी मुकाट्याने बाहेर येऊन बर्थवर बसलो व खिडकीतून पाहू लागलो. अंगावर घातलेल्या पांघरुणातूनही लहान मुलांचे हात जसे बाहेर दिसतात, त्याप्रमाणे अंधारात दूरच्या झाडांचे शेंडे दिसत होते. खड-खट-खड-खट या चाकांच्या आवाजाखेरीज दुसरे काहीच ऐकू येत नव्हते. या कर्णकटू आवाजाने माझी अस्वस्थता

अधिकच वाढली.

इतक्यात पाव्याचा गोड आवाज माझ्या कानांवर पडला. मी उत्सुकतेने ऐकू लागलो. अंधारातच कुणीतरी धनगर आपला कळप घेऊन झोपडीकडे परत चालला असावा! इथेच आगगाडीचे स्टेशन असते, तर किती बरे झाले असते, असा विचार माझ्या मनात आला.

पावा ऐकू येईनासा झाला; पण त्याच्या पाठोपाठ बैलांच्या गळ्यांतले घुंगुर खुळखुळू लागले. मी तन्मयतेने ऐकू लागलो. नर्तिकेच्या नृत्यानेसुद्धा माझे मन कधीही इतके मोहून गेले नव्हते!

आगगाडी पुढे धावतच होती. घुंगरांचा खळखळाट अस्पष्ट झाला-किणकिणाटसुद्धा ऐकू येईनासा झाला. माझ्या मनाची अस्वस्थता पुन्हा वाढू लागली.

माझ्या दृष्टीसमोरच एक दिवा लुकलुकत होता. तो किती लांब असेल, कुणाला ठाऊक! पण त्याच्या त्या मंद प्रकाशात मला एक निराळेच चित्र दिसले– तो दिवा घेऊन एका झोपडीच्या दारात एक बाई उभी आहे, तिची चिल्लीपिल्ली तिच्याभोवती चिवचिवाट करीत आहेत आणि तिचा घरधनी मघाच्या त्या बैलगाडीतून झोपडीकडे धावत येत आहे.

हा हा म्हणता तो दिवा दिसेनासा झाला. बाहेरच नव्हे, तर माझ्याही मनात पूर्ण अंधार पसरला. मी डोळे मिटून अंथरुणावर पडलो.

पण डोळे मिटले, म्हणून झोप थोडीच लागते? हातात गेलेल्या कुसळाप्रमाणे माझ्या मनात एक गोष्ट सारखी सलत होती– दुसऱ्या वर्गाचे तिकीट काढण्यात मोठी चूक झाली आपल्या हातून. गांधीजी आणि जवाहरलाल तिसऱ्या वर्गातून प्रवास करतात, ते केवळ साधेपणामुळे नव्हे. बहुजन समाजाशी ते इतके एकरूप झाले आहेत, की लोकांपासून दूर राहून त्यांना क्षणभरसुद्धा करमत नसावे. तिसऱ्या वर्गातल्या गर्दीला भिऊन आपण दुसऱ्या वर्गात पळून आलो; पण इथे दिसणारी शांतता ही स्मशानातली शांतता आहे. तिच्यामुळे मन प्रसन्न न होता विषण्णच होते.

तिसऱ्या वर्गातल्या गर्दीतून मी पूर्वी केलेल्या प्रवासांच्या आठवणी माझ्या डोळ्यांपुढे उभ्या राहू लागल्या. एकदा मी डब्यात शिरलो, तेव्हा आत बसायलासुद्धा कुठे जागा नाही, असे मला आढळून आले. माझ्या स्वभावात लढाऊपणा नसल्यामुळे आतल्या उतारूंशी 'मीही तिकिटाचे पैसे दिले आहेत! या जागेवर माझाही तुमच्याइतकाच हक्क आहे' इत्यादी तत्त्वे भोवतालच्या लोकांना सुनावण्याच्या फंदात मी पडलो नाही. मी मुकाट्याने उभा राहिलो.

गाडीने एक-दोनच स्टेशन टाकली असतील! पलीकडच्या बाकावर पेंगणारी म्हातारी माझ्याकडे टक लावून पाहत आहे, असे मला आढळून आले. मी खूप आठवण करून पाहिली, पण आपण तिला कुठे पाहिले आहे, असे मला वाटेना.

तिच्या अंगावर एक फाटके लुगडे होते. तिच्या केसांच्या अंबाड्या झाल्या होत्या नि तिच्या पायाशी असलेले ते बोचके– ज्या कापडात तिने आपले सामान गुंडाळून ठेवले होते, त्याचे नि साबणाचे अगदी वाकडे असले पाहिले, हे उघड उघड दिसत होते. त्यामुळे 'इकडे ये, बाबा' हे तिचे शब्द कानांवर पडताच ती कुणाला बोलावीत आहे, हे मला कळेना!

पण ती मलाच बोलावीत होती. चुलीपाशी निजणारे मांजर जसे आपले अंग आवरून घेते, त्याप्रमाणे तिने आपल्या शरीराची मुटकुळी केली आणि मला बसायला जागा करून दिली. तिच्या त्या नि:शब्द, पण प्रेमळ सहवासाचे अजूनही मला विस्मरण होत नाही. तिचे नाव माझ्या लक्षात नाही. ती पुन्हा कधी माझ्या दृष्टीस पडली नाही; पण त्या दिवशीप्रमाणे योगायोगाने तिची पुन्हा गाठ पडावी, असे मला फार फार वाटते.

तसाच तो वृद्ध पारशी गृहस्थ नि त्याची ती मुलगी! गत वर्षी खानापूर स्टेशनावर आम्ही मेलमध्ये चढलो. तिथे गाडी फार थोडा वेळ थांबते. त्यामुळे कुठल्या डब्यात जागा आहे, हे पाहायला वेळच नसतो; पण डब्यात प्रवेश केल्यावर तो अगदी पॅकबंद आहे, असे आम्हाला आढळून आले. मुले बरोबर असल्यामुळे त्यांना घेऊन एकसारखे उभे राहणेही अवघड होते. काय करावे या विचारात मी होतो. इतक्यात एका पारशी गृहस्थाने आपल्याजवळ मला बसायला जागा करून दिली. त्याच्या मुलीने माझ्याकडून मंदाला घेऊन तिच्याशी ती मोडक्या-तोडक्या मराठीत बोलू लागली. पाच मिनिटांत आम्ही सर्व दोस्त झालो. त्या वृद्ध गृहस्थाने माझा धंदा, वय, मुलांची नावे, इत्यादी गोष्टी तर विचारल्याच, पण 'अविनाश,' 'मंदाकिनी' आणि 'कल्पलता' या नावांचे अर्थसुद्धा त्याने विचारून घेतले.

या गोष्टी आठवताच मला वाटले– गर्दीला कंटाळून तिसऱ्या वर्गाचे उतारू तिकिटे बदलून जसे दुसऱ्या वर्गात येतात, तसे गर्दी हवी, म्हणून तिकीट बदलून आपल्याला तिसऱ्या वर्गाच्या डब्यात जाता आले असते, तर फार बरे झाले असते! पण आता? पैसे उगवण्याकरिता भिकार चित्रपट शेवटपर्यंत पाहावा लागतो, तसा हा प्रवास आपल्याला करावा लागणार!

गाडी मिरज स्टेशनवर आली. इथे तरी माझ्या डब्यात कुणी पाऊल टाकील, अशी माझी कल्पना होती, पण ती कल्पनाच ठरली. चार-दोन वेळा एक तरुण मुलगा माझ्या डब्यावरून गेला. तो माझ्याकडे रोखून पाहत असावा, असा मला भास झाला; पण त्याच्याबरोबर सामान वगैरे काही दिसत नव्हते, तेव्हा तो माझ्या डब्यात येईल, ही आशाच करायला नको होती!

माझ्या डब्यावरून त्याची पाचवी फेरी सुरू झाली. आता गाडी सुटली, की पुन्हा आपला भयाण एकांतवास सुरू होणार, या भीतीने त्याच्याशी काहीतरी

बोलावे, अशी तीव्र इच्छा माझ्या मनात उत्पन्न झाली.

इतक्यात तोच माझ्याकडे आला. खिशातून एक एंबॉस केलेली छोटी वही काढून तो म्हणाला,

''तुमची स्वाक्षरी हवी मला!''

एरवी स्वाक्षरी देण्याचा मला कंटाळा येतो, पण या वेळी मी ती वही मोठ्या आनंदाने हातात घेतली. मी खाली मान करतो, तोच तो म्हणाला,

''संदेशही द्या!''

मी मुकाट्याने लिहिले,

'एकांताचे खरे सुख गर्दीतच मिळते.'

मी वही परत देताच त्याने त्या वाक्यावर दृष्टी टाकली. लगेच माझ्याकडे आश्चर्याने पाहत तो म्हणाला,

''या वाक्याचा अर्थ मला कळला नाही!''

मी बोलून गेलो,

''व्यक्तीचे खरे सुख समाजाच्या सुखातच असते ना? तसेच आहे हे!''

◆

मृत्यू

लहानपणी नाटके पाहण्याचे मला वेडच होते म्हणानात. 'सत्यविजया'पासून 'शारदे'पर्यंत सर्व प्रकारची नाटके मी किती वेळा पाहिली असतील, ते बिचाऱ्या चित्रगुप्तालाच ठाऊक! 'लई बेस झुणका भाकूर' आणि 'मधुर किती कुसुमगंध सुटला' ही दोन्ही पदे गुणगुणण्यात त्यावेळी मला सारखाच आनंद वाटे. त्या आनंदाची आठवण झाली, म्हणजे वाटते– बाळपण आणि साधुत्व यात अतिशय साम्य आहे. रामकृष्ण परमहंस एका हातात माती व दुसऱ्या हातात सोने घेऊन दोन्ही हातांतल्या वस्तू नदीच्या पात्रात सारख्याच निर्विकारपणे सोडीत असत, अशी एक कथा आहे ना? नाटके पाहण्याच्या बाबतीत माझी हीच समत्वाची दृष्टी असे.

पण अपवादावाचून कुठल्याही नियमाची सिद्धता होत नाही. 'समः सर्वेषु नाटकेषु' या माझ्या वृत्तीलाही असाच एक अपवाद होता. तो म्हणजे 'मृच्छकटिक.' फुलवेड्या स्त्रीचे त्यातल्या त्यात एखादे आवडते फूल असतेच की! 'मृच्छकटिक' हे तसेच माझे अतिशय आवडते नाटक होते.

मी सहा-सात वर्षांचा असेन. संध्याकाळी शाळेतून परत येताना कोपऱ्याकोपऱ्यांवर 'मृच्छकटिका'च्या जाहिराती लागलेल्या पाहून माझे मन अगदी अस्वस्थ होऊन गेले. घरी गेल्यावर आईपाशी कुठल्या खाऊचा हट्ट धरायचा, याचा विचार करण्यापेक्षा वसंतसेनेपाशी सोन्याच्या गाड्याचा हट्ट धरणाऱ्या चारुदत्ताच्या मुलाचा विचार करण्यातच मी गुंग होऊन गेलो.

रात्रीही माझे लक्ष जेवणावर नव्हते.

'काही होतंय का तुला?' म्हणून दादांनी विचारल्यावर मी मानेने 'नाही' म्हणून उत्तर दिले खरे! पण माझ्या डोळ्यांत उभे राहिलेले पाणी पाहून मी काहीतरी लपवून ठेवीत आहे, असे त्यांना वाटले असावे.

माझे डोळे ओले होण्याचे खरे कारण माझ्या कानांत घुमणारे–

'बाळा घालोनिया गळा । रक्त सुमनांच्या माळा!
स्कंधावरी स्थापियला । लोहशूल हा ॥'

हे चारुदत्ताचे पद होते! पण दादांना ते समजणे शक्य नव्हते. मला तापबीप आला असेल, अशा शंकेने जेवण झाल्यावर त्यांनी अंगाला हात लावून पाहिले; पण अस्मादिकांचे अंग अगदी गार होते. माझे अंग गार आहे, असे पाहून दादांना बरे वाटले. त्यांनी माझ्याकडे हसत पाहिले. मीही हसलो.

माणसाचे मन हे तिजोरीसारखे असते. साध्या किल्ल्या त्याला कधीच चालत नाहीत, हे दादांच्या मनातच आले नाही.

पण घड्याळाचा काटा जसजसा दहाकडे धावू लागला, तसतशी माझी अंथरुणातल्या अंथरुणात चुळबुळ सुरू झाली. मला ढेकूण चावत असावेत, अशा समजुतीने दादांनी गड्याला माझे अंथरूण नीट पाहायला सांगितले. बिचाऱ्याने डोळे फाडफाडून पाहिले, पण त्याला औषधालासुद्धा ढेकूण मिळाला नाही! घड्याळात ठोके पडू लागले.

खण–खण–खण–

कुणीतरी माझ्या हृदयावर घणाचे घाव घालीत आहे, असा भास झाला मला. तिकडे 'सदासुख' थिएटरात ड्रॉपचा पडदा उघडला असेल. लठ्ठ पोटाच्या सूत्रधाराने फुले उधळून भसाड्या स्वरात, 'वंदन त्या ईशा उमेशा' म्हणून परमेश्वराला आळवायला सुरुवात केली असेल नि मी इथं-घरात-अंथरुणावर-

छे: छे: छे:!

माझी चुळबुळ पाहून दादांनी मला मायेने जवळ घेतले, माझ्या पाठीवरून हात फिरवला नि मी त्यांच्या कुशीत तोंड लपवून नाटकाला जायची गोष्ट काढली.

पहिल्यांदा ते रागावले.

पण– बालहट्ट, स्त्रीहट्ट व राजहट्ट या तीन हट्टांत बालहट्टाला अग्रस्थान दिले आहे, ते काही उगीच नाही.

स्त्रीच्या सौंदर्याकडे ढुंकूनही न पाहणारे शुक्राचार्य व राजाच्या सत्तेला भीक न घालणारे लेनिन जगात होऊन गेले आहेत– पुढेही होतील; पण– वात्सल्याने न विरघळणारी माणसे? असल्या प्राण्यांची मनुष्यकोटींत गणनाच होणार नाही.

अर्थात अस्मादिकांची स्वारी गड्याबरोबर मृच्छकटिकाला गेली, हे सांगण्याची जरुरी नाही. मात्र नाटक चुकून वेळेवर सुरू झाले असल्यामुळे आम्ही थिएटरात पाऊल टाकले, तेव्हा चारुदत्त व मैत्रेय यांचे संभाषण एकदम माझ्या कानांवर पडले. मैत्रेयाने चारुदत्ताला प्रश्न विचारला,

"मित्रा, दारिद्र्य आणि मरण यातून तुला कोणते बरे वाटते?"

चारुदत्त गाऊ लागला– 'मरण बरे वाटते । दारिद्र्याहुनि, मित्रा, ते.'

चारुदत्त मारे ताना मारीत 'गरिबीहून मरण बरे' म्हणून प्रेक्षकांना समजावून सांगत होता. तेही माना डोलवीत होते; पण माझ्या मनात अगदी खोल काहीतरी

खुपत होते. पूर्वी प्रत्येक वेळी मृच्छकटिक पाहताना सूत्रधाराच्या प्रवेशातच मी सांगलीतून अवंतिका नगरीत प्रवेश करीत असे. गणपतीच्या उत्सवापेक्षा कामदेवाचा उत्सव हा हा म्हणता मला अधिक परिचित वाटू लागे आणि दररोज माझ्या दृष्टीला पडणाऱ्या एकदंत्यापेक्षा नाटकात कधीही न दिसणारा वसंतसेनेचा स्तंभभंजक हत्तीच माझ्या डोळ्यांपुढे मूर्तिमंत उभा राही! पण आज मात्र...

जाईजुईंच्या राशीत हाताला काटा बोचावा, सुंदर गाणे ऐकता-ऐकता मधेच बेसूर कानांवर पडावा, तसे काहीतरी मला झाले!

'माणसाला मरण बरे वाटते?'

माझे मन म्हणत होते–

'अगदी खोटी गोष्ट आहे ही!'

सत्याग्रह करून नाटक पाहायला गेलेला वीर होतो मी! पण काही केल्या नेहमीइतके माझे मन नाटकात रंगून जाईना. प्रत्येक अंकाचा पडदा पडला, की मैत्रेयाचे ते विचित्र वाक्य मला आठवे–

'बरे मित्रा, दारिद्र्य आणि मरण यातून तुला कोणते बरे वाटते?'

क्षणभर अंग शहारून जाई नि मनात येई– असला प्रश्न शत्रूसुद्धा कुणाला करणार नाही. मग मैत्रेयासारख्या जीवश्चकंठश्च मित्राने शिळोप्याच्या गोष्टीला बसल्याप्रमाणे शांतपणाने चारुदत्ताला हा प्रश्न विचारावा, ही आश्चर्याची गोष्ट नाही का? एवढे सुंदर नाटक लिहिणाऱ्या लेखकाच्या बुद्धीला हे वाक्य कसे टोचायला हवे होते.

'गुण हाच प्रीतीला कारण आहे.' 'कोणी घर पाहून काही ठेव ठेवीत नाही; मनुष्य पाहून ठेवतो.' असली रसपूर्ण वाक्ये लिहिणाऱ्या कवीला मैत्रेयाच्या तोंडी ते वाक्य घालताना आपली काही चूक होत आहे, याची कल्पनासुद्धा आली नसेल? सुंदर संगमरवरी मूर्तींच्या राशीमध्ये एखादा शेंदूर फासलेला दगड, तसे ते वाक्य–

त्या रात्री मृच्छकटिक पाहतानाच नव्हे, तर त्यानंतर ज्या-ज्या वेळी मी माझे हे आवडते नाटक पाहिले किंवा वाचले, त्या-त्या वेळी मैत्रेयाचे ते विलक्षण वाक्य ऐकून अगर वाचून माझे मन गोंधळून गेले आहे!

'दारिद्र्याहून मरण बरे' असे चारुदत्ताच्या तोंडून वदविण्यात शूद्रकाला त्याचे अठराविसे दारिद्र्य सिद्ध करावयाचे असो अथवा त्याचा मानी स्वभाव दाखवावयाचा असो, 'मित्रा, दारिद्र्य आणि मरण यातून तुला कोणते बरे वाटते,' असा प्रश्न एक मित्र दुसऱ्या मित्राला प्राण गेला तरी करणार नाही आणि काही कारणांनी तो दुसरा मित्र मरणाच्या गोष्टी बोलू लागला, तर तो त्या क्षणभरही ऐकून घेणार नाही. शूद्रकाचे मनुष्यस्वभावाचे ज्ञान कितीही मार्मिक असले, तरी मैत्रेयाच्या तोंडी हा प्रश्न घालताना तो घसरला– मरण पत्करण्यात मोठेपण आहे, या परंपरागत संकेताला तो बळी पडला!

पण दु:खाला किंवा दारिद्र्याला विटून मृत्यूला मिठी मारण्यात खरोखरच मोठेपण आहे का? गरिबीला किंवा अशाच एखाद्या आपत्तीला कंटाळून मृत्यूला कवटाळणारे लोक शूर नसले, तरी भ्याड असतात आणि घटकाभर ते शूर आहेत असे मानले, तरी असले जीव देणारे लोक जगात किती आढळतात? हाताच्या बोटांवर मोजण्याइतकेच!

मृत्यूच्या कल्पनेत जी भयानक, पण आकर्षक अद्भुतता आहे, तिच्यामुळेच या कवींना असले संकेत सुचत असावेत! बिचारा शूद्रक फार जुन्या काळातला कवी! पण आधुनिक असलेल्या गडकऱ्यांचे वाक्य असेच फसवे आहे! गडकरी म्हणतात,

'जोपर्यंत जगण्यासारखे काही जवळ आहे, तोपर्यंत मरण्यात मौज आहे.'

हे वाक्य आकाशदिव्याप्रमाणे दुरून सुंदर दिसते; पण ते अर्धसत्य आहे. त्याला आणखी एका अर्धसत्याची जोड दिल्याशिवाय ते पूर्णसत्य होणार नाही. ते दुसरं वाक्य म्हणजे 'जगण्यासारखे आपल्याजवळ पुष्कळ आहे, असे माणसाला नेहमीच वाटत असते; पण त्याला मरण्यात मौज कधीच वाटत नाही.'

मरण्यात मौज मानणारे मन दिसले, की लहानपणी पाहिलेल्या एका संन्याशाची आठवण होते मला!

प्लेगने लागला होता तो! घरदार, मूलबाळ काहीही नव्हते त्याला! आता आपण जगत नाही, असे वाटल्यावर त्याने भोवतालच्या लोकांपाशी संन्यास घेण्याची इच्छा प्रकट केली. लगेच त्याला 'आतुर-संन्यास' देण्यात आला!

त्याच्या त्या नव्या अवताराला पाहून मृत्यूला भीती वाटली, की काय कुणाला ठाऊक! पण संन्यासी त्या दुखण्यातून खडखडीत बरा झाला, हे मात्र खरे! मात्र हिंडूफिरू लागल्यावर त्याला आपल्या या नवीन आश्रमाचा राग येऊ लागला. संन्यस्त जीवन ही काही झाले, तरी तारेवरली कसरत! तिचा त्याला लवकरच कंटाळा आला! हो, कुठल्याही हॉटेलवरून गेले, तरी आत चहा प्यायला जायची चोरी! कुणाच्या घरात पुडीला गेले नि स्वयंपाकघरात कांद्याची भजी तळली जात असल्याचा वास आला, तरी ती मागायची चोरी!

छे: छे: छे:!–

'या आपत्तीपेक्षा आपण प्लेगने मेलो असतो, तरी फार बरे झाले असते,' असे तो उघड-उघड म्हणू लागला.

मरण बरे, असे म्हणणाऱ्या मनुष्याची मनोवृत्ती आतुर-संन्यास घेणाऱ्या माणसासारखीच असते. वैतागलेल्या मनाची ही क्षणिक लहर भोळ्या कवींनी हवीतर खुशाल खरी मानावी!

पण 'दारिद्र्याहून मरण फार बरे' अशी चारुदत्ताची जर खरोखरच खात्री झाली

असती, तर घरी आलेल्या वसंतसेनेला पोहोचविण्याकरिता म्हणून रात्री बाहेर पडल्यावर तो घराकडे परत आलाच नसता. त्याने सरळ क्षिप्रेचीच वाट धरली असती.

मृत्यू हा केव्हाही मनुष्याचा मित्र होऊ शकत नाही!

प्रिय पत्नीच्या चिरवियोगाने विव्हल झालेल्या अजराजाचे समाधान करण्यासाठी कालिदासासारख्या कविश्रेष्ठाने 'मरणं प्रकृति: शरीरिणाम्, विकृतिर्जीवितमुच्यते बुधै:' हा चरण लिहिला असला, तरी त्यात कविप्रतिभेची चमत्कृती आहे. अनुभूती नाही. कालिदासासमोर बालपणी मृत्यू उभा राहिला असेल, तेव्हा त्याला तो आजीने सांगितलेल्या गोष्टीतला भयंकर राक्षसच वाटला असेल! तरुणपणी मृत्यू हाकेच्या अंतरावर आला आहे, असा भास होताच त्याने त्याची विनवणी केली असेल–

'माझ्या जीवनवृक्षाला नुकताच मोहोर आला आहे, माझ्या प्रतिभेची कोकिळा आता कुठे गाऊ लागली आहे. प्रीतीची पहिली धुंदी डोळ्यांवरून ओसरली नसल्यामुळे अजून जीविताकडे मी डोळे भरून पाहिलेसुद्धा नाही. कृपा करून परत जा. तू पुन्हा हाक मारायला येशील, तेव्हा मी आनंदाने तुझ्याबरोबर येईन!'

आणि पुढे प्रौढपणी मृत्यूने हळूच मागून येऊन त्याच्या खांद्यावर हात ठेवला असेल, तेव्हा त्या विचित्र हिमशीतल स्पर्शाने दचकून त्याने मागे वळून पाहिले असेल नि वरकरणी हसून मृत्यूला ऐकू जावे, अशा बेताने तो उद्गारला असेल,

'अरेच्या, इतक्यात माझी वेळ भरली? छे:! चित्रगुप्ताच्या हिशेबात काहीतरी चूक झाली असेल! 'शाकुंतला'पेक्षा अधिक सुंदर नाटक अजून मला लिहायचंय! नि 'मेघदूता'पेक्षाही सरस असं काव्य– तारुण्यातलं प्रेम मी पुष्कळ रंगविलं! पण प्रौढ वयातल्या प्रेमाचं चित्रण केल्याशिवाय मी जगाचा निरोप घेणं हे–'

मृत्यूने त्याला पुढे बोलू दिले असेल किंवा नाही, हे मला सांगता येणार नाही; पण 'मरणं प्रकृति: शरीरिणाम्' हा चरण चुकीचा आहे. जीवन हे तत्त्वज्ञान नसून काव्य आहे आणि मरण हीच माणसाच्या आयुष्यातली सर्वांत मोठी विकृती आहे, या गोष्टी त्याला त्या एका क्षणात पटल्या असतील!

वर्ड्स्वर्थ हासुद्धा शूद्रक, गडकरी आणि कालिदास यांचाच भाऊबंद! मृत्यूच्या वर्णनात सत्यापेक्षा संकेतच रंगविले आहेत त्याने! 'आम्ही सात आहो' ही त्याची प्रसिद्ध कविताच घ्या ना! या कवितेत म्हणे, बालमनाचे सहजसुंदर चित्रण आहे! कवीला जी सात-आठ वर्षांची गोड बालिका भेटते, तिची दोन भावंडे मेली असूनसुद्धा ती हिशेबात त्यांना धरते व पुन्हा पुन्हा 'आम्ही सात आहो' असे म्हणते. ती मेलेली भावंडे जमिनीखाली शांतपणाने झोपली आहेत, असे तिला वाटत असावे! कविकल्पना या दृष्टीने हे सारे ठीक आहे! पण मी अनुभवावरून सांगतो– सातव्या-आठव्या वर्षी मृत्यूविषयी मुलांमध्ये गाढ अज्ञान नसते. अमावस्येच्या

काळ्याकुट्ट काळोखाकडे किंवा पडक्या घरातल्या एखाद्या मोठ्या बिळाकडे ज्या भयभीत दृष्टीने बालमन पाहते, त्याच दृष्टीने मृत्यूच्या गूढ स्वरूपाचा विचार करीत असते.

आणि मृत्यूच्या हातावर तुरी देण्याचे काही उपाय जगात अस्तित्वात आहेत, असे आढळून येताच त्या बालजीवाला केवढा आनंद होतो!

लहानपणी पौराणिक गोष्टी वाचता-वाचता अमृताचा पत्ता लागला, तेव्हा सारा दिवस मी खुशीत होतो; पण माझा तो ब्रह्मानंद लवकरच नाहीसा झाला. अमृत फक्त स्वर्गातच असते, हे वडील माणसांच्याकडून कळल्यावर मी गोंधळात पडलो. मृत्यूवर उपाय म्हणून मी अमृत पैदा करावयाचे ठरविले होते; पण ते मिळविण्याकरिता आधी मेले पाहिजे! मोठे विलक्षण त्रांगडे वाटले ते मला! पुढे संजीवनी विद्येने काही काळ मला धीर दिला! पण शुक्राचार्यांच्या आश्रमाचा पत्ता कुणालाच ठाऊक नसल्यामुळे मी निराश झालो.

इंग्रजी दुसरीत गेल्यावर पुन्हा आशेची लाट माझ्या मनात उसळली. मार्कंडेयाचे आख्यान वर्गात सुरू झाले होते. मृत्यूचा क्षण येताच शंकराच्या पिंडीला मिठी मारून मार्कंडेयाने यमाला हात हलवीत परत कसे पाठविले, हे वाचता-वाचता मला गुदगुल्या झाल्या. आश्रयस्थान या दृष्टीने आमच्या घराजवळ शंकराची देवळे कुठे कुठे आहेत, याची मी मनातल्या मनात यादीसुद्धा करून ठेवली. त्या यादीचा उपयोग करण्याची पाळी त्यावेळी माझ्यावर आली नाही, हा भाग निराळा!

बाळपणातल्या या माझ्या भोळ्या कल्पना लवकरच लयाला गेल्या. मृत्यू हे मानवी जीवनातले कटू सत्य आहे, याची मला पूर्ण खात्री पटली.

वयाच्या तेराव्या वर्षी मी वडिलांच्या मायेला मुकलो. पुढे कितीतरी वर्षे 'अकरा ऑक्टोबर' ही तारीख आली, की मी अस्वस्थ होऊन जाई सारा दिवस मला आठवण येई. मृत्यू हाच जर मृत्यूचे भक्ष्य होऊ शकला असता, तर किती बरे चांगले झाले असते, ही कल्पना पुन: पुन्हा मनात डोकावून जाई आणि शेवटी रात्री एकांतात उशीमध्ये डोके खुपसून खूपसे रडले, म्हणजे हृदयाचा भार हलका होई.

पण लौकरच मृत्यूच्या भयानक स्वरूपाची आठवण मी पार विसरून गेलो. तारुण्य ही जीवनातली यक्षभूमी आहे. तिच्यात पाऊल टाकणाराला मृत्यूचे अस्तित्वही जाणवत नाही. सूर्योदय होताच धुके नाहीसे व्हावे, त्याप्रमाणे मृत्यूविषयीची खरीखोटी सारी भीती तरुण मनातून आपोआप निघून जाते. 'मृत्यु न म्हणे लहान थोर' अथवा 'गृहीत इव केशेषु मृत्युना धर्ममाचरेत्' असल्या या ओळी या यक्षभूमीत ऐकूच येत नाहीत. तिथे जे अखंड गायन सुरू असते, त्यात 'चल, ये, वेडे । का घेतिस आढेवेढे' किंवा 'प्राप्तकाल हा विशाल भूधर । सुंदर लेणी तयांत खोदा । निज नामे त्यावरती नोंदा' याच ओळी पुन:पुन्हा कानांवर पडतात.

पंचविशीपासून चाळिशीपर्यंत प्रीती ही कल्पलता वाटते आणि पराक्रम हा अमृत आणायला निघालेला गरुड आहे, असा भास होतो. विमानाचे उच्च उड्डाण असो किंवा एखाद्या क्लिष्ट विषयाचे संशोधन असो, तरुण मन हसतमुखाने त्याचे स्वागत करीत असते; पण चाळिशी उलटली, की शरीराबरोबर मनाचाही हा उल्हासकारक उन्माद ओसरू लागतो. प्रीती ही कल्पलता असली, तरी संसार हे बाभळीचे झाड आहे; त्याची फुले सामान्यच असतात आणि त्यांचा एखादा छोटा झुबका तोडण्याकरिता काटे तुडवावे लागतात, या सत्याची मनाला पूर्ण जाणीव होते. आपला पराक्रम गरुडासारखा असला, तरी परिस्थितीच्या पिंजऱ्यात पंख फडफडविण्याखेरीज त्याला दुसरे काही करता येणे शक्य नाही, हेही यावेळी मनुष्याला कळून चुकते. या वयात जवळ धरलेले पुस्तक अंधूक वाटते; पण तेच दूर धरले, की अक्षरे स्पष्ट दिसू लागतात. अर्थात आत्तापर्यंत दूरत्वामुळे ज्या मृत्यूची त्याने पर्वा केलेली नसते, त्याचे सत्य स्वरूपही डोळ्यांपुढे स्पष्ट उभे राहते. ते पाहून त्याच्या मनाचा थरकाप झाल्यावाचून राहत नाही. केवळ काव्यमय कल्पनांनी मनुष्याची अस्वस्थता दूर होत नाही. मृत्यू ही सृष्टिक्रमातील स्वाभाविक गोष्ट आहे, हे कळत असूनही तो त्याचे स्वागत करू शकत नाही. तांब्यांनी या भावनांचे मोठे सुंदर चित्रण केले आहे :

'कळा ज्या लागल्या जीवा।
मला की ईश्वरा ठाव्या
कुणाला काय हो त्यांचे।
कुणाला काय सांगाव्या?
उरी या हात ठेवोनी।
उरींचा शूल कां जाई?
समुद्री चौकडे पाणी।
पिण्याला थेंबही नाही?
कशी साहू पुढे मागे।
जिवाला ओढ जी लागे।
तटातट् काळिजाचे हे।
तुटाया लागती धागे
पुढे जाऊ? वळू मागे?
करू मी काय, रे देवा?'

मृत्यूच्या कल्पनेने व्याकूळ झालेल्या प्रौढ मनाची ही ओढाताण परवाच्या आजारात मीही अक्षरश: अनुभवली आहे. मात्र या व्याकूळतेच्या मुळाशी मृत्यूविषयी वाटणारी भीती हेच कारण असते, असे मला वाटत नाही. वृद्ध झालेल्या ययातिराजाने

राज्याच्या मोबदल्यात एका मुलाचे तारुण्य विकत घेतले, अशी कथा आहे. ययातीने हा सौदा केला, तो मृत्यूला भिऊन नव्हे; तर तारुण्यातले उपभोग भोगून त्याची तृप्ती झाली नव्हती म्हणून! असे तारुण्य मिळणे शक्य असते, तरी ते मी मुळीच पत्करले नसते. चांदण्या रात्री स्वैर भटकण्यात, पाण्यात तास न् तास डुंबत राहण्यात, लहानमोठी साहसे करण्यात, आवडणारे पदार्थ यथेच्छ खाण्यात आणि आपल्याला प्रिय असणाऱ्या सहचारिणीच्या उन्मादक सहवासात सुख असते, हे मी अमान्य करीत नाही; पण या सुखाची गोडी मुख्यत: शारीरिक असते. ही सुखे त्या त्या वेळी अवीट वाटणे नैसर्गिक असे असते; पण त्यांच्यात बुद्धीला भुलविणारे किंवा हृदयाला हलविणारे असे काय आहे? मात्र ययातीप्रमाणे ऐन पंचविशीतला तरुण होण्याची लालसा मला नसली, तरी आजचे माझे प्रौढपण दीर्घकाल टिकावे, अशी मात्र माझी मन:पूर्वक इच्छा आहे. या इच्छेच्या मुळाशी मृत्यूविषयी मनुष्याला वाटणाऱ्या भीतीपेक्षाही प्रीतीचाच भाग अधिक आहे. 'मृत्यूला म्हणतो सबूर' या कवितेत यशवन्तांनी या भावनेचे सुंदर वर्णन केले आहे. ते म्हणतात–

'पाहोनी चिमणी पिला भरविते,
आणून चारा मुखी।
आपोआप मनात बोल उठले,
मृत्यो, नको येउ, की।।'

मृच्छकटिकातल्या चारुदत्ताच्या 'मरण बरे वाटते' या उत्तराचे मला राहून राहून नवल वाटते, ते याच कारणासाठी! मैत्रेय हा चारुदत्ताचा मित्र असला, तरी भिक्षुकी हा त्याचा धंदा. जसा धंदा, तशी अक्कल! तेव्हा 'मित्रा, दारिद्र्य आणि मरण यातून तुला कोणते बरे वाटते,' असा प्रश्न त्याने वेड्यासारखा विचारला, ही गोष्ट एक वेळ क्षम्य मानता येईल; पण ज्या चारुदत्ताला पाच-सहा वर्षांचा एकुलता एक मुलगा होता, त्याने या प्रश्नाचे उत्तर देताना 'मरण बरे वाटते' असे म्हणायचे, की माझा रोहसेन मोठा होईपर्यंत मृत्यूचा विचार करण्यालासुद्धा मी तयार नाही, असे सांगायचे. गोरगरीब आणि दीनदलित यांच्यासाठी सारी संपत्ती सहृदयतेने खर्च करणाऱ्या चारुदत्ताजवळ वात्सल्याचे वैभवच नव्हते, असे कोण म्हणेल? मी चारुदत्तासारखा संपन्न नाही आणि उदारही नाही. शिवाय मैत्रेयासारखा मूर्खपणाने मृत्यूचा प्रश्न करणारा कुणी स्नेहीही माझ्या मित्रपरिवारात नाही. पण ज्या-ज्या वेळी अपघाताच्या किंवा आजाराच्या पडद्याआडून मृत्यू आपल्याकडे डोकावून पाहत आहे; असा मला भास होतो, त्या त्या वेळी मी त्याला म्हणतो,

"अं हं! इतक्यात नाही, जरा थांब! माझा अवी मोठा होऊ दे. माझी मंदा मोठी होऊ दे– माझी लता–"

हे ऐकून मृत्यू विनोदी हास्य करून मला म्हणतो,

“तुला चारच मुले आहेत, म्हणून बरे! तुझ्या जागी धृतराष्ट्र असता नि त्यानं मला अशी विनंती करायला सुरुवात केली असती, तर त्याचा शंभरावा मुलगा मोठा होईपर्यंत मला वाट पाहावी लागली असती!”

लगेच तो गंभीर होऊन उद्‌गारतो,

“ते काही नाही, तू भित्रा आहेस. वात्सल्याच्या आड लपून मला गुंगारा देण्याची युक्ती आहे ही तुझी!”

त्याचा हा भित्रेपणाचा आरोप खोटा आहे, हे सिद्ध करण्याकरता मी माझे अंतरंग त्याच्यापुढे उघडे करून दाखवितो. माझ्या मनाच्या लहानशा कप्प्यात भीती दडून बसलेली असते हे खरे; पण दुसऱ्या मोठ्या कप्प्यात वात्सल्य तळमळत असलेले त्याला दिसते! आणि तिसऱ्या तेवढ्याच मोठ्या भागात कुणाची तरी तडफड चाललेली पाहून तो विचारतो,

“हे कोण तडफडतंय इथं?”

मी उत्तरलो,

“ती अतृप्त इच्छा!”

“कसली?”

“ऋणातून मुक्त होण्याची!”

“कुणाच्या?”

“समाजाच्या!”

मृत्यूच्या मुखावर स्मिताची छटा चमकून जाते. ती पाहून मला मोठा धीर येतो व मी त्याला म्हणतो,

“स्वत:साठी मी जगलो, कुटुंबासाठीही जगलो, पण– समाजासाठी मात्र– तुझ्याबरोबर यायलाच हवं असेल, तर मी येतो; पण एक गोष्ट मला आधी सांग. माणसाला पुनर्जन्म असतो ना? तो असला, तर मी देवाला म्हणेन, ‘पुढच्या जन्मी मला कीर्ती देऊ नकोस, संपत्तीही देऊ नकोस. फार काय प्रीतीसुद्धा थोडी कमी दिली तरी चालेल; पण एक गोष्ट मात्र मला दे. मानवतेसाठी जगण्याचे भाग्य मला लाभू दे आणि जेव्हा मरण यायचं असेल, तेव्हा तेही मानवतेसाठी लढता-लढताच येऊ दे!”

◆

विस्मृती

'सात वाजून गेले...' कुणीतरी हळूच म्हटले.

गाणे ऐन रंगात आले असताना कुणीतरी मधेच शिंकावे, तसे आमचे दोघांचे झाले. मी आणि माझे कविमित्र यांच्या संभाषणसमाधीचा भंग करणाऱ्या त्या माणसाचा मला असा राग आला, म्हणता! रागाच्या भरात मी त्याला काहीतरी बोलूनसुद्धा गेलो असतो, पण लगेच माझ्या लक्षात आले– मोटार स्टँडवरून साडेसातला सुटते, हा काही त्याचा अपराध नाही आणि मोटारतळ व आमचे घर यांच्यामध्ये एक मैलाचे अंतर ठेवण्यात कुणाचा गुन्हा असेल, तर तो माझ्या आजोबांचा. पुढे मोटारी होतील, तेव्हा आपल्या नातवाला त्यांचा तळ गाठण्याकरिता फार चालावे लागू नये, म्हणून दूरदृष्टीने त्यांनी आमचे घर बाजाराजवळ बांधले असते, तर बरे झाले नसते का?

मी व माझे कविमित्र उठलो, पण अगदी नाखुशीने. उन्हाळ्यात नदीच्या वाहत्या पाण्यात डुंबणाऱ्या मुलांना काठावरच्या प्रौढ मनुष्याने हाताला धरून बाहेर काढावे ना? घड्याळाने आमचीही तशीच स्थिती केली होती.

आम्ही दोघांनीही घड्याळाकडे रागानेच पाहिले. सात पाच! अरे, बाप रे! कवी घाईघाईने कपडे करू लागले. मी मात्र घड्याळाकडे पाहत मनात म्हणत होतो– गांधीजी यंत्रांविरुद्ध आहेत, ते काही उगीच नाही. या घड्याळाने आता केवढा विरस केला आमचा! चांदण्यात हुरडा खात बसावे, त्याप्रमाणे एकमेकांच्या शीतल सहवासात आम्ही संभाषणसुखाचा आस्वाद घेत होतो, पण ते या दुष्ट घड्याळाला पाहवले नाही. त्याचा हा मिनिटकाटा तर भारीच अवखळ आहे. कधी क्षणभर स्वस्थ बसेल, तर शपथ!

कवींना पोहोचविण्याकरिता मी त्यांच्याबरोबर थोडासा पुढे गेलो. आम्ही दोघेही आता मुके झालो होतो. द्राक्षे खाण्यापेक्षाही त्यांची जिभेवर मागे रेंगाळणारी माधुरी अनुभवण्यातच अधिक सुख असते. काल संध्याकाळपासून आमचे जे विविध व अखंड संभाषण झाले, ते यावेळी आमच्या मनात असेच तरळत होते.

कवींचा निरोप घेऊन मी घरी परत आलो व कामाला लागलो. मधेच मी घड्याळाकडे पाहिले. साडेसात वाजून गेले होते. आपले मित्र आता मोटारीत बसून दूर गेले असतील, अशी कल्पना माझ्या मनात येऊन गेली, तोच–

माझ्या कानांवर माझा विश्वासच बसेना.

माझ्या नावाची हाक मला स्पष्ट ऐकू आली होती– नि ती हाक मारणारा आवाजही– तो कवींचाच होता!

मी लगबगीने बाहेर आलो. कवींची स्वारी हसत अंगणात उभी होती.

मी विचारले,

''मोटार चुकली वाटतं?''

ते उत्तरले,

''हं!''

''आमचे घड्याळ मागे आहे की काय, कुणाला ठाऊक!''

''अं हं!''

''मग तुम्ही हळूहळू चालत गेला असाल! नाहीतर वाटेत एखादे सुंदर पाखरू दिसताच त्याच्यावर कविता करायला लागला असाल.''

''अं हं!''

''मग झालं तरी काय?''

''मला तिकीट मिळालं नाही!''

''फार गर्दी होती?''

''अं हं!'' मिस्कीलपणे हसत कवी उद्‌गारले.

गर्दी नसताना त्यांना तिकीट का मिळू नये, हे कोडे मला उलगडेना. 'आमची मर्जी नसेल, त्यास आत घेतले जाणार नाही.' असे एक कलम पूर्वीच्या नाटक मंडळींच्या जाहिरातीत असे. मोटारींनी हल्ली ते आपल्या पिनकोडात दाखल करून घेतले की काय, या विचारात मी पडलो.

कवी हसत म्हणाले,

''मला तिकीट मिळणार कसं? स्टँडवर माझ्या ओळखीचं कुणीच नव्हतं– नि पैशाचं पाकीट तर–''

मी एकदम सर्द झालो. काल संध्याकाळी घरी कवींनी पैशाचे पाकीट सुरक्षित ठेवण्याकरिता माझ्याकडे दिले होते. ते मी आल्याबरोबर कपाटात ठेवले होते. तिथे ते अगदी सुरक्षित होते, यात शंका नव्हती; पण मघाशी जाताना ते त्यांना द्यायला मी विसरलो नि ते मागून घ्यायला ते विसरले.

या विसराळूपणाबद्दल आम्ही दोघेही खदखदून हसलो. 'विस्मृती' हा लेखकांचा विनोदाचा आवडता विषय का आहे, याची आम्हाला एका क्षणात खात्री पटली.

कंबरेवर कळसा असून तो शोधण्याकरिता गावाला वळसा घालणारी म्हणीतली स्त्री घ्या किंवा नाकावर चश्मा असून तो हरवला, म्हणून वर्तमानपत्रात जाहिरात द्यायला निघालेला प्रोफेसर घ्या, दोन्ही माणसे विलक्षण विसराळूपणामुळेच हास्यास्पद झाली आहेत. 'आठवणीचे खंदक' या प्रहसनाची सारी मौज विसराळूपणाचे विक्रम करणाऱ्या विद्वानांवरच अवलंबून आहे! आणि गडकऱ्यांचे ते अद्वितीय पात्र– विसरभोळ्या गोकुळाचा– प्रेक्षकांना कधीच विसर पडणार नाही. प्रत्येक वस्तूच्या नावाची गाठ उपरण्याला बांधून बिचारा बाजारात जातो. वाटेत त्या गाठी कुणी सोडीत नाही, हे खरे! पण बाजारात गेल्यावर एक नवीनच संकट त्याच्यापुढे 'दत्त' म्हणून उभे राहते. कुठली गाठ कुठल्या वस्तूबद्दल आहे, हे काही त्याला धड आठवत नाही नि शेवटी कष्टाने केशर व साखर यांची आठवण झाली, तरी 'केशर शेरभर व साखर तोळाभर, की साखर शेरभर व केशर तोळाभर' याचा त्याला काही केल्या उलगडा होत नाही. असली जबरदस्त विस्मरणशक्ती असलेल्या मनुष्यावर कोर्टात साक्ष देण्याचा प्रसंग आल्यावर– गोकुळची ती विलक्षण उत्तरे ऐकून कोण हसलेला नाही? आणि हसता हसता मनातल्या मनात 'देवा, मी लंगडा किंवा थोटा झालो तरी चालेल, पण मला विसराळू करू नकोस' अशी प्रार्थना कुणी केलेली नाही?

मानवजात विस्मृतीला शाप मानीत आली आहे, यात शंका नाही; पण मला अनेकदा वाटते– विस्मृती हा मोठा वर आहे. मानवी आयुष्यात विसरून जाण्याजोग्या गोष्टीच अधिक घडतात, पण त्या मनुष्य विसरू शकत नाही. म्हणूनच त्याचे दु:ख वाढत जाते. शल्ये, संकटे आणि अपमान त्याच्या आठवणीत नेहमी राहतात आणि त्याच्या मनाला आपोआप अडगळीच्या खोलीचे स्वरूप येते. फुटके डबे, मोडकी खेळणी नि रिकाम्या बाटल्या यांनी भरलेल्या खोलीत कुणाला तरी समाधान वाटेल का? पण आपल्या मनाला तसल्या खोलीची अवकळा आणणाऱ्या स्मृतीचे आपण किती विलक्षण स्तोम माजवितो! प्रेमभंगाची तळमळ, असंतोषाची जळजळ, सूडाची धडपड आणि होऊन गेलेल्या गोष्टींविषयीची तडफड ही सारी स्मृतीचीच अपत्ये आहेत. स्मृती व अहंकार यांच्या मीलनामुळे मानवी जीवन अजूनही विलक्षण संकुचित राहिले आहे.

आणि म्हणूनच विशाल जीवनाच्या अनुभवाकरिता आसावलेला मनुष्याचा आत्मा विस्मृतीच्या पळवाटा नेहमी शोधीत असतो. प्रीतीची मोहिनी विलक्षण असते, याचे कारण केवळ शरीरसुख हेच नाही. प्रीतीमुळे मनुष्य थोडा वेळ का होईना, स्वत:ला विसरून जातो. लहान मूल अधिक सुखी असते, याचे कारण तरी दुसरे काय आहे? त्याच्या कोशात काल आणि उद्या हे शब्दच नसतात. फक्त आज आणि आता हे दोनच कालवाचक शब्द त्याला कळतात. ज्याला आयुष्यातले काव्य

टिकवावयाचे आहे, त्याने प्रौढपणीही लहान राहिले पाहिजे. विस्मृतीची कला संपादन केली पाहिजे. बायकापोरांची आठवण विसरून अथांग सागरात कोलंबसाने जहाज लोटले, तेव्हाच त्याला नवे जग शोधून काढता आले. आपल्या भोवतालच्या राजवैभवाचा गौतमाला विसर पडला, म्हणूनच तो बोधिसत्त्व झाला, नाही का?

या थोर महात्म्यांच्या पंक्तीत मी व माझे कविमित्र कधीतरी बसू शकू, या कल्पनेने मला आनंद झाला. पण तो क्षणभरच! संभाषणाच्या उच्च आनंदाचा उपभोग घेता-घेता घरीच आम्ही पैशांचे पाकीट विसरलो, म्हणून बरे! एखाद्या मोटारीतून प्रवास करताना आमचे हे संभाषण रंगात आले असते नि ते पाकीट आम्ही मोटारीत विसरलो, तर त्या पाकिटातल्या पैशाबद्दल आम्ही कितीतरी दिवस हळहळत बसलो असतो!

विस्मृती हा मोठा वर आहे खरे! पण वर मिळविण्याला तपश्चर्याही तशीच असावी लागते.

◆

मंदाकिनी

सुभाषितांचा उगम बहुधा सौंदर्यात असतो, सहसा सत्यात असत नाही, असे कुणीसे म्हटले आहे ना? त्याची प्रचीती मला वारंवार येते.

मागच्या महिन्यातली गोष्ट. बऱ्याच दिवसांनी– दिवसांनी म्हणण्यापेक्षा वर्षांनी म्हटलेलेच शोभेल– मी शिरोड्याला गेलो होतो. शाळेत छोटासा बक्षीस समारंभ होता. तो सुरू होणार, इतक्यात एका हसतमुख मुलाने एक ताजे बटमोगऱ्याचे फूल माझ्या हातात आणून दिले. त्या फुलाचा मधुर सुवास घेता-घेता माझ्या मनात आले– या सुगंधाच्या रूपाने शाळेनेही माझ्यावरले आपले प्रेमच व्यक्त केले आहे, नाही का?

ते फूल कोटाला लावण्याचा प्रयत्न मी केला, पण गडबडीत ते मला जमेना. अशावेळी माझ्या वेंधळेपणाचा मला फार राग येतो; पण लगेच मी स्वत:चे समाधान करून घेतो– या जन्मातच साऱ्या लहान-लहान गोष्टी आपण शिकणे म्हणजे आपला पुढला जन्म कंटाळवाणा करून घेण्यासारखे आहे. यापेक्षा अनेक बाबतींमधले आपले सध्याचे अज्ञानच अधिक बरे! पुढल्या जन्मी आपल्याला खूपखूप गोष्टी शिकावयाच्या आहेत, ही कल्पनाच किती आशादायक आहे! त्या गोष्टींची एक यादीच करून ठेवू या आपण. कोटाला फूल लावणे, सायकलवर बसणे, फौन्टन पेनमध्ये शाई भरणे, टेनिस खेळणे, गाता आले नाही तरी बाज्याची पेटी, निदान अलगूज वाजविणे, रुमाल अथवा नेकटाय यांच्यापैकी काहीतरी एक बांधायला शिकणे, इत्यादी इत्यादी.

या विचारपद्धतीने मनाचे समाधान करीत मी ते बटमोगऱ्याचे फूल माझ्या खिशातल्या हातरुमालावर अलगद ठेवले आणि समारंभाच्या कार्यात मग्न होऊन गेलो.

त्या दिवशी जुन्या मधुर स्मृतींच्या सुगंधाने माझे मन पदोपदी भरून जात होते आणि मनातले विविध भाव प्रकट करणे अशक्य झाले, की प्रत्येक वेळी माझा हात खिशाकडे जात होता. त्यातून ते बटमोगऱ्याचे फूल तो हळूच बाहेर घेत होता नि

एखाद्या लहान मुलाचा नाजूकपणाने पापा घ्यावा, त्याप्रमाणे त्या गोड फुलाचा मी वास घेतल्यावर माझा हात ते परत खिशात नेऊन ठेवीत होता.

बटमोगऱ्याच्या त्या फुलाशी चाललेला हा माझा अखंड चाळा कुणी पाहिला असता, तर त्याने उद्गार काढले असते– हा गृहस्थ जन्माला येऊन प्रथमच बटमोगऱ्याचे फूल पाहत आहे! पहिलेपणाचे आकर्षण काही निराळेच असते! म्हणच आहे ना? पहिले मूल, पहिले फूल नि पहिले चुंबन– पहिल्याची गोडी दुसऱ्याला असत नाही!

मी त्या गृहस्थाला उत्तर दिले असते– तुमची ही सुभाषिते म्हणजे मानवजातीने उराशी बाळगलेली मधुर असत्ये आहेत. यापूर्वी मी शेकडो वेळा बटमोगऱ्याची फुले पाहिली आहेत, त्यांचा वास घेतला आहे; इतकेच नव्हे तर ती उशाजवळ ठेवून त्यांच्या सुगंधमय स्वप्नांशी समरस होत होत मी निद्रेच्या अधीन झालो आहे. असे असूनही आज बटमोगऱ्याचे फूल हातात येताच त्याने मला वेड लावले, यात मात्र संशय नाही. सूर्योदय, सूर्यास्त, चांदणे, पाऊस, इंद्रधनुष्य, समुद्र, मध्यरात्र, कुठलेही सुंदर दृश्य घ्या; प्रत्येक वेळी ते माणसाच्या मनाला मोहिनी घालतेच घालते. या सर्वांची पहिल्या वेळची माधुरी दुसऱ्याच काय, पण हजाराव्या अनुभूतीच्या वेळीही कायम असते! किंबहुना ती दरवेळी वृद्धिंगतच होत जाते. दण्डकारण्यात चौदा वर्षांनी परत गेलेला राम पूर्वस्मृतींनी व्याकूळ होऊन बेशुद्ध होतो, तेव्हा सीता आपल्या क्षणिक स्पर्शाने त्याची मूर्च्छा घालविते, असे जे भवभूतीने दाखविले आहे, त्यावरून पहिल्या चुंबनापेक्षा सहवासाने प्रियतम झालेल्या व्यक्तीच्या साध्या स्पर्शातच संजीवनी असते, हे सिद्ध होत नाही का?

आणि मुलांची गोष्ट काय फुलापेक्षा निराळी आहे?

पितृपद अथवा मातृपद प्राप्त करून देणाऱ्या पहिल्या अपत्याविषयी आईबापांना एक प्रकारचा अभिमान नि आनंद वाटतो, यात शंका नाही; पण आपला सारा अभिमान आणि आनंद अपुरा आहे, याची त्यांना लवकरच कल्पना येते. निदान मला तरी ती आली.

माजघर पादाक्रांत करण्याकरिता धडपडणाऱ्या अविनाशच्या बाललीलांत गुंग होऊन जात असतानासुद्धा माझ्या मनात विचार येत–

मुलीला हुंडा द्यावा लागत असल्यामुळे आपले पहिले अपत्य मुलगाच असावा, असे हिंदू आईबापांना वाटते, हे खरे! पण केवळ पुत्रप्रेमाने माणसाच्या वात्सल्याची तृप्ती होत नाही. चोवीस तास सूर्यच प्रकाशत राहिला असता, तर लोक त्याला कंटाळून गेले असते. तो संध्याकाळी अस्त पावतो आणि अमृतमधुर चंद्रिकेचा उदय होतो, म्हणूनच दिवस आणि रात्र ही आपापल्यापरी माणसाला रम्य वाटतात. फलभाराने लवलेल्या वृक्षांच्या रांगा पाहून काही आपल्या डोळ्यांचे समाधान होत

नाही. त्यांना विविध रंगांच्या आणि आकारांच्या फुलांनी नटलेल्या वेलीही पाहाव्याशा वाटतात! वात्सल्याचेही तसेच आहे. अपत्यप्रेम म्हणजे नुसते कन्याप्रेम नव्हे. या दोन्ही प्रेमांचा संगम आहे तो! कित्येक कुटुंबांना नुसत्या मुलांचे किंवा निव्वळ मुलींचे वरदान असते. याचा परिणाम शेवटी असा होतो, की मुलग्यामागून मुलगा होणारे आईबाप धाकट्या मुलाचे केस एखाद्या मुलीप्रमाणे वाढवून आणि मुलीप्रमाणेच त्याला नटवून थटवून आपली कन्याप्रेमाची तहान भागवून घेतात. उलट मुलीमागून मुली होत गेल्यामुळे मुलीला मुलाप्रमाणे नटविणारे आणि मनुताईला मन्याबापू म्हणून हाक मारणारे आईबापही आढळतातच की! इतरांना त्यांची वागणूक विक्षिप्तपणाची वाटते; पण विक्षिप्तपणा काय किंवा विकृती काय, दोन्हींचाही जन्म अतृप्तीच्या पोटीच होत असतो.

पहिल्या अपत्याच्या वेळी उत्सुकतेबरोबर भीतीचीही छाया पतिपत्नींच्या मनावर पसरलेली असते. 'बाळंतपण म्हणजे स्त्रीचा पुनर्जन्म' हे जुने वाक्य राहून- राहून त्यांना भेडसावून टाकते; पण अपत्यप्राप्तीने स्त्रीचाच नव्हे, तर पुरुषाचाही मानसिक पुनर्जन्म होतो. त्या एका क्षणात पत्नी माता म्हणून जन्माला येते आणि पतीचे रूपांतर पित्यात होऊन जाते. ही गोष्ट अनुभवाने कळून चुकली असल्यामुळे दुसऱ्या अपत्याच्या वेळी पतिपत्नींच्या मनामध्ये भीतीपेक्षा कुतूहलच अधिक प्रभावी होते. 'आता मुलगा होणार, की मुलगी होणार?' या प्रश्नाला 'युद्ध होणार, की तह होणार?' या प्रश्नाइतके महत्त्वाचे स्वरूप गृहराज्यात प्राप्त होते, ते याच वेळी! ज्यांना पहिला मुलगा असतो, त्यांना त्याच्या पाठीवर मुलगी व्हावी, असेच वाटत असते. मीही या नियमाला अपवाद नव्हतो. मात्र पत्नीची थट्टा करण्याकरता ज्योतिषावर विश्वास नसतानाही कुणीतरी फार पूर्वी केलेली माझी पत्रिका दाखवून 'तुला पुन्हा मुलगाच होणार,' असे तिला पुन:पुन्हा सांगण्यात मला आनंद होत होता, हे काही खोटे नाही. बरेच वेळा ही गोष्ट तिने हसण्यावारी नेली. मात्र पतीचा हा छळ असह्य झाल्यावर तिने एकदा उत्तर दिले.

"सारीच भविष्ये काही खरी होत नाहीत!"

महाडकरापासून म्हापणकरापर्यंत कुणाकुणा ज्योतिष्याची कुठली भविष्ये खरी ठरली, हे मला सांगता येण्यासारखे नसल्यामुळे मला थोडा वेळ 'यशस्वी माघार' घ्यावी लागली; पण लढाईत एक शस्त्र निकामी झाले, म्हणून काही शूर शिपाई प्रतिपक्षाला शरण जात नाही. पतिपत्नींच्या प्रेमकलहातही असेच घडते. ज्योतिषशास्त्र हे भरवशाचे कूळ नाही, असे ठरल्यावर मी आनुवंशिक शास्त्राचा आधार घेतला. आम्ही तिघे भाऊच होतो. लहानपणी भाऊबीजेकरिता सख्खी बहीण हवी, असे वाटत असूनही मला ती कधीच मिळाली नव्हती! मागच्या पिढीचा हा दाखला पत्नीला उगीच भिवविण्याच्या कामी मला थोडासा उपयोगी पडला, हे खरे! पण

मनात मात्र मी एकसारखा म्हणत होतो– लग्न ही लॉटरी आहे, असे म्हणण्याची आपणाकडे पद्धत आहे. लग्नापेक्षा अपत्यप्राप्तीलाच ती उपमा अधिक शोभेल.

मनात असले विचार घोळत असल्यामुळे या गोष्टीचा निकाल ज्या दिवशी झाला, ती अमावस्या असूनही पौर्णिमेसारखी वाटली. कारण निकाल आम्हाला अनुकूल असाच झाला होता. अविनाशला बहीण झाली होती.

लवकरच गृहराज्यातल्या कौन्सिलपुढे एका प्रश्नाची जोराजोराने चर्चा होऊ लागली. मुलीचे नाव काय ठेवायचे? कुणीतरी चटकन 'छाया' हे नाव सुचविले. नाव सुटसुटीत होते, रखरखणाऱ्या जीवनाला शीतलतेचा लाभ करून देणे हा जो स्त्रीहृदयाचा धर्म, त्याचे प्रतिबिंबही त्या नावात होते! शिवाय 'छाया' बोलपटाच्या कथेबद्दल मला त्याच वेळी सुवर्णपदक मिळाले होते!

मुलीला 'छाया' हे नाव ठेवण्याचा मला मोह पडला; पण स्त्रीजीवनातील सौंदर्य, वात्सल्य, त्याग इत्यादी सर्व गुणांचा आविष्कार करणारे नाव मला हवे होते. 'छाया' हे नाव काव्यमय असले, तरी या दृष्टीने माझे पूर्णपणे समाधान करू शकेना.

मनातल्या मनात मी अनेक नावांची चाचणी घेऊ लागलो. देवता आणि नद्या यांची कितीतरी नावे माझ्या डोळ्यांपुढे उभी राहिली; पण देवतांची स्वरूपे वागविण्यात आपल्या पूर्वजांची जी कल्पकता दिसून येते, ती त्यांच्या नावांत सहसा आढळत नाही. सरस्वतीचेच उदाहरण घ्या ना! अलीकडच्या काही चित्रकारांनी तिला अगदी आधुनिक नटी बनविले असले तरी,

'या कुंदेंदुतुषारहारधवला या शुभ्रवस्त्रावृता
या वीणावरदंडमंडितकरा या शुभ्रपद्मासना!'

या दोन मधुर चरणांत प्राचीन कवीने चित्रित केलेले सरस्वतीचे स्वरूप किती सुंदर आणि गंभीर आहे! सरस्वती ही जगात पावित्र्याचा प्रकाश पसरविणारी ज्योती– मानवी मनाचे मालिन्य नाहीसे करणारी देवता– अशा देवतेची अंगकांती शुभ्र हवी, तिचे वस्त्रही शुभ्र हवे आणि तिचे आसनही शुभ्रच हवे! प्रतीकाच्या दृष्टीने पाहा किंवा रंगसंगतीच्या दृष्टीने पाहा, या काव्यचित्रातली कल्पकता किती कोमल आणि मनोरम वाटते. सरस्वतीच्या हातात वीणा देण्यात आणि मयूर हेच तिचे वाहन कल्पिण्यातसुद्धा किती काव्य भरले आहे!

पण सरस्वती हे नाव या काव्याच्या मानाने फारच रूक्ष वाटते. त्यातून हे नाव मुलीला ठेवले, की सुटसुटीतपणाच्या दृष्टीने त्याचे 'सरू' हे रूपांतर झालेच म्हणून समजावे. मुलगी उंच असली, तर पुढे पुढे या 'सरू'ला सुरू म्हणूनसुद्धा हाक मारायला माणसे कमी करायची नाहीत.

मी मनाशी म्हटले, 'छे:! सरस्वतीविषयी आपणाला कितीही आदर असला,

तरी आपल्या मुलीला ते नाव ठेवण्यात काही अर्थ नाही.'

लहानपणी कोल्हटकरांची नाटके मला फार आवडत असत. या नाटकांतल्या सर्व नायिकांची आणि उपनायिकांची पलटण मी पाहिली– शालिनी, मालिनी, सरोजिनी, नंदिनी, सौदामिनी, चंद्रिका, इंदिरा, मोहिनी, त्रिवेणी ही नावे नाटकात गोड वाटतात, हे खरे; पण प्रत्यक्ष व्यवहारात ती अनेक दृष्टींनी अडचणीची होतात. 'सौदामिनी'ला काय 'सौदा' म्हणून हाक मारायची? त्यापेक्षा तिला 'मिनीच' म्हटलेले बरे!

नाटके-कादंबऱ्यांतली नावे संस्थानात दरबारच्या वेळी कराव्या लागणाऱ्या पोशाखाप्रमाणे मनाला परकी व विचित्र वाटतात, म्हणून त्यांचा नादच मी सोडून दिला; पण काही झाले तरी मुलीला शोभणारे एक नाव शोधून काढणे मला प्राप्तच होते. स्वतःच्या मुलीला नाव ठेवणे, हे दुसऱ्यांच्या मुलींना नावे ठेवण्याइतके सोपे काम नाही, हे मला पुरेपूर कळून चुकले.

एक एक दिवसाने बारसे जवळ येत होते. मला तर कुठलेच नाव पसंत पडत नव्हते. चार-पाच दिवस झाल्यावर मला या नामसंशोधनाची भीतीच वाटू लागली. आय. सी. एस. नवरा हवा, म्हणून अडून बसणाऱ्या सुशिक्षित श्रीमंत मुलींना शेवटी अविवाहित राहावे लागते किंवा शिल्लक उरलेल्या कुणातरी पुरुषाला माळ घालावी लागते. समर्पक नाव शोधून काढण्याच्या माझ्या वेडामुळे मला मुलीचे निनावी बारसे करण्याचा प्रसंग येतो, की ठकू, ठमी, चिमी, रंगी या कारिकेपैकी एखादे नाव अकल्पितपणे तिला चिकटते, याविषयी मनात मी साशंक होऊन गेलो. मात्र संकटामुळे माणसाची कल्पनाशक्ती पल्लवित होते, याचाही अनुभव बारशापूर्वीच्या दहा दिवसांत मला भरपूर मिळाला.

मुलीला योग्य असे नाव मला सापडत नव्हते; पण जो-जो मी नावाचा विचार करू लागलो, तो-तो प्राचीन काळातली स्त्रीजीवनाची विविध व मनोरम चित्रे माझ्या डोळ्यांपुढे नाचू लागली. दुबळेपणामुळे नवऱ्याच्या लाथा खात बसणाऱ्या अगतिक पतिव्रता आजच्या जगाला नकोत, हे खरे; पण मधुर प्रीतिपुष्पांनी पतीची पूजा करणारी आणि तो वनवासाला निघाल्यानंतर हसतमुखाने त्याच्या पावलावर पाऊल टाकून जाणारी सीतादेवी–पत्नीप्रेमाचा हा उच्च आदर्श जगाला नेहमीच हवाहवासा वाटेल आणि यमावर मात करून पतीचे प्राण परत मिळवणारी चतुर सावित्री तिच्या दिव्य प्रेमाचा जगाला कधीच विसर पडणार नाही. पतीची निवड केल्यावर तो अल्पायुषी आहे, म्हणून भिऊन सावित्रीने माघार घेतली नाही. उलट आपल्या पुण्यप्रभावाने आपण काळाचाही पराभव करू, अशीच ईर्ष्या तिने बाळगली. प्रीती स्त्रीला किती साहसी करू शकते, याचे चित्रण करणारी ही अमर कथा–

मात्र उत्कट प्रेम करणे हा स्त्रीहृदयाचा धर्म असला, तरी ते प्रेम आंधळे असता

उपयोगी नाही. आपला पती किंवा आपला पुत्र म्हणून एखाद्या पुरुषावर जिवापलीकडे प्रेम केल्याने स्त्रीचे कर्तव्य संपत नाही. पती अथवा पुत्र जीवनाची खरीखुरी मूल्ये विसरून गेला, पराक्रम हाच पुरुषाचा प्राण आहे, याची पर्वा न करता कीटकासारखे जीवन कंठू लागला, तर त्याला विरोध करणे हाच सतीचा धर्म ठरतो! पराभूत होऊन आपल्या किल्ल्याकडे परत आलेल्या जसवंतसिंगाला त्याची पत्नी राणी चंद्रावती हिने आत पाऊल टाकू दिले नाही आणि रणांगणाकडे पाठ फिरवून आलेल्या संजयाला त्याची माता विदुला हिने उपदेश करून पुन्हा युद्धप्रवृत्त केले, या गोष्टी आजच्याच काय, उद्याच्याही स्त्रियांना मार्गदर्शक ठरतील.

सीता, सावित्री, चंद्रावती, विदुला, जिजाबाई इत्यादी स्त्रीरत्नांची नावे इतिहास-पुराणात चमकू शकली. पण जी रत्ने सराफकट्ट्यापर्यंत पोहोचत नाहीत, जी कुठेतरी खाणीत- मातीत पडलेली असतात, ती तेजस्वी नसतात, असे कोण म्हणेल? पिढ्यान् पिढ्या घरोघर माता, पत्नी, कन्या आणि भगिनी यापैकी अनेक नात्यांनी स्त्रिया मानवजातीची सेवा करीत आल्या आहेत. तिचे माहात्म्य कोण नाकारील?

जगात लिहिल्या जाणाऱ्या कथांपेक्षा न लिहिल्या जाणाऱ्या कथाच अधिक सुरस असतात. लहानपणी पाहिलेली एक स्वयंपाकीणबाई मला अजून आठवते. तिला कादंबरीची नायिका करण्याचे धैर्य आम्हा मराठी लेखकांना नाही, ही गोष्ट अलाहिदा; पण वयाच्या सोळाव्या वर्षी वैधव्याची कुऱ्हाड डोक्यावर कोसळली असताना आणि आप्तेष्टांचा किंवा पैशाचा काडीचाही पाठिंबा नसताना तिने स्वत:च्या हिमतीवर आपल्या दोन मुलांचे पोषण व शिक्षण केले- त्यांच्या आयुष्याचे ओसाड वाळवंट होणार होते; पण तिने तिथे नंदनवन फुलविले.

स्वत:ला विसरून जाऊन दुसऱ्याकरिता जगण्यात स्त्रीला जो उदात्त आनंद होतो, प्रीतीकरता सर्वस्वाचा हसतमुखाने त्याग करण्यात तिला जो अभिमान वाटतो त्याच्यामुळेच पुरुषाचे जीवन रसपूर्ण होते, त्याच्या पराक्रमाला प्रोत्साहन मिळते आणि जगाचे पाऊल पुढे पडते.

गॉर्कीच्या 'आई' या कादंबरीतली आई जितकी अडाणी, तितकीच दरिद्री आहे. आपला मुलगा ज्या चळवळीत भाग घेतो, तिचे स्वरूप तिला प्रथम मुळीच समजत उमजत नाही. ती साशंकतेने त्या चळवळीकडे पाहते; पण स्त्री कितीही अशिक्षित असली, तरी प्रीती तिला हा हा म्हणता सज्ञान करते. ती कितीही गरीब असली, तरी तिच्या अंत:करणातले भावनांचे भांडार कुबेरालाही विकत घेण्याइतके समृद्ध असते, याचा अनुभव त्या कादंबरीत येतो. ही आई प्रथम मायेमुळे मुलाच्या मनाशी समरस होते आणि मग एखाद्या परकऱ्या पोरीप्रमाणे लिहायवाचायला शिकण्याचा प्रयत्न करून त्याच्या चळवळीशी एकजीव होऊन जाते. दलितांच्या उद्धारासाठी चाललेल्या लढाईत भाग घेत असतानाच तिला वीरमरण येते. स्त्रीहृदयाचे हे उदात्त

माहात्म्य गॉर्कीप्रमाणे तांब्यांनाही पूर्णपणे पटले होते, म्हणूनच 'भयचकित नमावे तुज, रमणी' असे उद्गार त्यांच्या तोंडून निघाले.

तांब्यांची ही सुंदर कविता मी दररोज मनाशी गुणगुणत होतो. स्त्रीजीवनाचे विविध आदर्श माझ्या डोळ्यांपुढे रोज रोज उभे राहत होते, पण हवे असलेले नाव मात्र काही केल्या मला सुचत नव्हते. त्यातल्या त्यात बरी वाटलेली दोन-तीन नावे चिठ्ठ्यांवर लिहावीत आणि त्या चिठ्ठ्यांपैकी अविनाश जी उचलील, त्याच नावाची निवड करावी, असा दहाव्या दिवशी रात्री झोपी जाताना मी निश्चय केला. कद्रू पूर्वजाने कुठेतरी पैसे पुरून ठेवले आहेत, म्हणून जन्मभर जमीन खणीत बसणाऱ्या मनुष्यासारखाच माझा हा नाव शोधून काढण्याचा उद्योग चालला होता! उद्यापासून तो बंद करावा हेच बरे, असे म्हणत मी निद्रादेवीची आराधना करू लागलो.

स्मृती आणि विस्मृती यांच्या सीमेवर माझे मन तरळत असताना मला वाटले– लहानपणी एखाद्या श्लोकाचा अर्थ लागला नाही, की आपण अगदी चिडून जात होतो; पण त्यावेळी एक विलक्षण अनुभव येई आपल्याला! आट्यापाट्यांच्या डावात एखाद्या कोंडीत अडकून पडावे, प्रतिपक्षाला खूप हुलकावण्या दाखवाव्या; पण काही केल्या आपली सुटका होऊ नये आणि या कोंडीतून आता आपण बाहेर पडत नाही, अशी निराशा झाल्यावर अगदी सहजासहजी निसटायला मिळावे– अगदी तस्सा त्या अडलेल्या श्लोकाचा अर्थ दुसऱ्या दिवशी सकाळी मला लागत असे. मी त्यावेळी हसत-हसत स्वतःशीच म्हणे, 'कुणातरी देवतेची माझ्यावर कृपा आहे. ती रात्री हळूच माझ्या खोलीत येते आणि माझ्या मस्तकावर आपला वरदहस्त ठेवून निघून जाते.' लहानपणची ती देवता आजही आपल्या साहाय्याला धावून येईल, तर काय बहार होईल!' असे मी पुटपुटत असतानाच माझा डोळा लागला.

मात्र माझी झोप शांत नव्हती– स्वप्नांमागून स्वप्ने पडत होती मला. चित्रपटात एक आकृती लोप पावून दुसरी त्या जागी दिसू लागते, अशीच एक चित्रमालिका माझ्या डोळ्यांपुढून झरझर जात होती. पहिले चित्र शून्य दृष्टीने कुठेतरी पाहणारी नुकतीच जन्माला आलेली बालिका! हा हा म्हणता ती थोडी मोठी होत व कुणी गालाला हात लावला, की तिच्या मुद्रेवर स्मिताची नाजूक छटा चमकू लागते. लवकरच ती मोठ्या ऐटीने जमिनीवर बसून 'सई दे,' म्हटले की बोलणाऱ्या व्यक्तीच्या डोक्यावर आपले डोके नेऊन आपटते.

तिला बोलता येत नसले, तरी आपल्या नाजूक उजव्या हाताचे एक बोट डाव्या हातावर नाचवून 'इथं इथं बैस, रे मोरा' या नाट्यगीताचा मूक अभिनय करून दाखविते.

याच्या पुढचे चित्र– ही बालिका तीन वर्षांची झाली आहे. तिच्या मानेच्या दोन्ही

बाजूंना दोन चिमुकल्या वेण्या नाचत आहेत. छोट्या डहाळ्यांना सुंदर फुले लागावीत, त्याप्रमाणे त्या वेण्यांच्या टोकांना बांधलेली फीत शोभत आहे. बालिका स्वत:शीच गुणगुणत आहे,

"भालत हमाला प्याला–"

उन्हाळ्यातली दुपारची वेळ. जेवणे होऊन सारी वडील मंडळी हाशहुश करीत बसली आहेत; पण ती बालिका मात्र छोटी छोटी चूल आणि इवली बोळकी घेऊन कुठल्या तरी घोटभर पाण्याचा चहा करीत आहे आणि तो सर्वांना पोटभर पाजीत आहे.

बालिका एकदम तेरा-चौदा वर्षांची होते. आता तिच्या वेण्या पाठीवर रुळत आहेत. ती गोल पातळ नेसली आहे. तिला पाहून कुणालाही हरिणीचीच आठवण व्हावी. तिच्या गतीत आणि दृष्टीत– दोन्हींतही हरिणीचे मधुर चांचल्य विलसत आहे.

बालिका आणखी मोठी होते. छे:! आता तिला बालिका म्हणणे म्हणजे– तिला तरुणीच म्हणायला हवे! ही तरुणी एके दिवशी संधिप्रकाशात लताकुंजात एका तरुणाला मानेनेच काहीतरी सांगते– त्याच क्षणी स्वर्ग पृथ्वीवर उतरतो.

मी एकदम जागा झालो. कुठेतरी लहान मूल रडत होते. क्षणभर असा राग आला मला त्या रडण्याचा! पण दुसऱ्याच क्षणी माझे मला हसू आले. स्वप्नसृष्टीत माझी मुलगी सासरच्या नावापर्यंत पोहोचली होती, पण सत्यसृष्टीत मात्र तिचे माहेरचे नावसुद्धा अजून नक्की झाले नव्हते.

अस्वस्थ मनाने मी खोलीबाहेर आलो. श्रावणातली रात्र होती ती! पावसाच्या सरी कोसळत नसल्या, तरी आभाळ अंधारलेलेच असावयाचे, या कल्पनेने मी अंगणात पाऊल टाकले. मी चकित होऊन गेलो. आकाशात एकही काळा ढग नव्हता. तारका चमचम करीत होत्या आणि तो आकाशगंगेचा पट्टा–

पृथ्वीच्या पोटात हिरे कसे बरे तयार होतात? माणसाच्या मनात कल्पनाही तशाच स्फुरतात का?

वर स्वर्गंगा दिसत होती. मघाशी माझ्या स्वप्नात स्वर्ग पृथ्वीवर उतरला होता. एकदम मला एक शब्द आठवला– मंदाकिनी.

स्त्रीजीवनाचे संपूर्ण प्रतिबिंब या शब्दात व्यक्त झाले आहे, असे मला वाटले. मंदाकिनी हे गंगेचे स्वर्गातले नाव, पण गंगा काही स्वर्गातल्या सौंदर्यात आणि विलासात गुंग होऊन तिथेच राहिली नाही. पृथ्वीवर उतरून तिने तिला संपन्नता दिली. एवढेच नव्हे, तर कपिल ऋषींच्या शापाने पाताळात दग्ध होऊन पडलेल्या सगरपुत्रांचा उद्धारही तिनेच केला.

मंदाकिनी हे नाव किती अर्थपूर्ण आहे, याविषयी त्यावेळी मनात आलेल्या

कल्पना मी आठवून पाहत होतो–

इतक्यात पाच वर्षांची मूर्तिमंत मंदाकिनी माझ्याकडे धावत आली. तिच्या हातात एक बाहुली होती. माझा हात ओढून जवळजवळ मला जागेवरून उठवीतच ती म्हणाली,

''चला भाऊ.''

''कुठं?''

''माझ्या बाहुलीच्या लग्नाला!''

''हल्ली लग्नं रजिस्टर करतात. त्याला फक्त दोन साक्षीदार लागतात. एक तू हो नि दुसरी लता होईल.''

माझे रजिस्टर प्रकरण तिला कुठून समजणार? ती लडिवाळपणे मला ओढीत होती.

''चला बाई, नाहीतर मुहूर्त चुकेल!''

''मला लिहायचंय गं!''

''काय लिहायचंय? गोष्ट?''

''हं!'' मी वेळ मारून नेली. मुलाला लेखनाचा एकच प्रकार ठाऊक असतो– गोष्ट!

''मला सांगा तुमची गोष्ट!'' मंदाने हट्ट धरला.

मला तर लिहिण्याची घाई होती. मी म्हटले,

''ऐक हंऽ! एक होता कोल्हा–''

माझ्या तोंडावर हात ठेवीत ती म्हणाली,

''तसली गोष्ट नको मला.''

''मग कसली हवी?''

''लढाईची! अवी म्हणतो, की उद्या आपल्या घरावर बाँब पडणार आहे.''

क्षणभर मी स्तब्ध राहिलो. पण मंदाला वाटले, गोष्ट चुकवण्याकरिता मी काहीतरी सबब शोधून काढीत आहे. ती माझ्या गळ्यात हात घालून लोंबकळत म्हणाली,

''लढाईची छान छान गोष्ट हवी हं!''

लढाईची गोष्ट नि छान! काय सांगावं या पोरटीला?

मी अगदी गोंधळून गेलो, पण ही जकात दिल्यावाचून माझी गाडी पुढे सुटणे शक्य नव्हते. नुकतीच कुठेतरी वर्तमानपत्रात वाचलेली एका रशियन स्त्रीची गोष्ट मी तिला सांगू लागलो–

जर्मनीने जिंकलेले रशियन गाव होते ते. त्या गावाकडून आपल्या देशाचा जयजयकार करून घ्यायचे काही जर्मन लष्करी अधिकाऱ्यांनी ठरविले. त्यासाठी

त्यांनी त्या गावातल्या एका प्रमुख रशियन स्त्रीला एक भाषण लिहून दिले. त्यात 'आम्हाला रशियाच्या राज्यापेक्षा जर्मनीचेच राज्य अधिक पसंत आहे' अशा अर्थाचा मजकूर होता. बाईला जर्मन भाषा येत नसतानासुद्धा तिने ते भाषण तोंडपाठ केले. त्या जर्मन अधिकाऱ्यांना आनंद झाला. त्यांनी एक मोठा समारंभ करून त्याला आपल्या वरिष्ठ अधिकाऱ्याला बोलावले. त्या बाईचे भाषण हाच त्या समारंभातला मुख्य भाग होता.

समारंभाला सारे गाव लोटले. बाई बोलायला उभी राहिली. तिला पढविणाऱ्या जर्मन अधिकाऱ्याचे डोळे आनंदाने लुकलुकू लागले.

पण बाईच्या तोंडून जे शब्द बाहेर पडू लागले, ते जर्मन शब्द नव्हते. ते रशियन शब्द होते. मातृभाषेत ती आपल्या लोकांना सांगत होती :

''रशिया हा आपला मायदेश आहे. प्राण गेला, तरी त्याच्याशी आपण बेइमान होता कामा नये. आज आपला पराभव झाला असला, तरी उद्या आपला जय होईल.''

शत्रूचे दात तिने युक्तीने त्याच्याच घशात घातले. मात्र या देशभक्तीबद्दल लगेच तिला ठार मारण्यात आले.

मी एकदम थांबलो. बालमनाचा विचार न करता आपण मंदाला काहीतरी सांगत सुटलो, असे मला वाटले.

जीवनात सौंदर्याइतकेच सामर्थ्यही असते, हा विचार एकसारखा मनात घोळत असल्यामुळेच ही गोष्ट सांगण्याची इच्छा मला झाली असावी.

मी मंदाकडे पाहिले. तिने सारी गोष्ट अत्यंत आतुरतेने ऐकली होती. मी पुढे आणखी काहीतरी सांगणार आहे, या कल्पनेने ती अगदी गप्प बसली होती.

मी म्हटले,

''गोष्ट संपली!''

तरी ती उठेना!

तिला खिजवण्याकरता मी बोललो,

''तुझ्या बाहुलीच्या लग्नाचा मुहूर्त चुकेल. जा ना!''

''मला बाहुली नको!'' हातातली बाहुली दूर फेकीत ती म्हणाली.

''मग काय हवं?''

''बंदूक!''

– आणि माझ्या उत्तराची वाट न पाहता कोपऱ्यातली छडी खांद्यावर टाकून लेफ्ट– राइट करीत ती खोलीबाहेर पडली.

◆

सायंकाल

वि. स. खांडेकर

"लघुनिबंधांतली काव्यस्थळे मावळत्या सूर्याच्या सौम्य सोनेरी छटांसारखी असावीत, त्यातला विनोद हा अर्धवट मिटलेल्या कमळांसारखा मोहक, पण नाजूक – पोट धरून हसविणारा नव्हे, नुसता गालाला खळी पाडणारा – असावा आणि त्यातून सूचित होणारे तत्त्वविचार क्षितिजावर नुकत्याच चमकू लागलेल्या चांदण्यांप्रमाणे – विरळ, पण सुंदर – असावेत, अशा ज्या काही कल्पना माझ्या मनात घोळत होत्या, त्या व्यक्त करण्याकरिताच 'सायंकाल' या नावाचा मी आश्रय घेतला..."

वि.स.खांडेकरांनी कथा-कादंबऱ्यांबरोबरच, लघुनिबंधांचेही विपुल लेखन केले आहे. मराठी साहित्यात लघुनिबंध हा साहित्यप्रकार रुजवण्यात आणि तो विकसित करण्यात त्यांचा मोलाचा वाटा असल्याचे, या संग्रहातील निबंधांवरून सुस्पष्टपणे लक्षात येते.

या संग्रहातील लघुनिबंधांमध्ये काव्य, विनोद व तत्त्वज्ञान यांचा सुरेख संगम साधण्याचा प्रयत्न करण्यात आला आहे. हे लघुनिबंध वाङ्मयगुणांनी अलंकृत आणि विचारप्रवर्तक आहेत.